రాష్ట్రపతి డాక్టరు శ్రీ భోగరాజు పట్టాభిసీతారామయ్య పంతులుగారు న్యూఢిల్లీ నుండి యిట్లు వ్రాసియున్నారు.

న్యూ ఢిల్లీ,
26—7—1949

ఆర్యా!

మీవద్దనుంచి యీ రోజు వచ్చిన మానవసృష్టి విజ్ఞానము అనే పుస్తకము అందినది. కొంచెము హెచ్చుతగ్గుగా పుస్తకము సాంతముగా చదివినాను అద్భుతంగా యున్నది. మీరు నిరాడంబరంగా యింత కృషి చేస్తున్నారన్న విషయము మాకు యిదివరకు తెలియదు. ఆంగ్లమునందు తర్జుమా చేయుంచుట చాలా మంచిపని జరిగినది, అచ్చులోనున్న 11 పుస్తకములలో రెండవ స్థానం వహించిన ఈ పుస్తకముగాక యింకను పదిపుస్తకములు రావలసియున్నవి. అవి అన్నియు ఇంత ముచ్చటగను యింత తేజోవంతముగను ఉండునని చెప్పుటకు సందేహము లేదు. మనవైపునుంచి ఇంతటి గ్రంధము వెలువడినందులకు మీకు నా కృతజ్ఞత తెలుపుచున్నాను.

చిత్తగించవలెను.

(సరియైన నకలు)   భో॥ పట్టాభి సీతారామయ్య (సంతకం వున్నది.)

కె. యస్. రామస్వామి శాస్త్రియార్. రిటైర్డు హైకోర్టు జడ్జి యీ ప్రకారం వ్రాసియున్నారు.

రాయపేట, మద్రాసు.
19—7—1949.

My Dear Sir,

I thank you sincerly for sending me a copy of your excellent book "Manava Srishti Vijnanam." You have given convincing reasons for your views. I feel sure that your book will receive ever increasing public appreciation."

Yours Sincerely,
(Sd.) K. S. RAMASWAMY SASTRI.

శ్రీ ఉయ్యూరు రాజాగారిట్లు వ్రాసియున్నారు.

సూ జీ వీ డు

20—7—1949

Sir,

తాము పంపిన మానవసృష్టి విజ్ఞానము అనే యింగ్లీషు గ్రంథము అందినది. చాలా పరిశోధన చేసి తమరు నిర్ణయించినటువంటి విషయం యిత్యాది.

The Indian Republic, Monday July 18th 1949.

ఇండియన్ రిపబ్లికు అను పత్రిక యిట్లు వ్రాయుచున్నది. ది 18 జులై 1949 సోమవారం.

....

"The problems raised are of practical value and should be solved with the aid of our own ancient literature and by a proper interpretation. The conclusions are thought - provoking and deserve to be widely read and thought over The need for a re-orientation of the Study of the Indian History is well indicated by the facts brought out in this work."..........

---

2. ఆభాసక్రైస్తవం. వెల : 1—8—0

రచన:— కోట వెంకటాచలంగారు

గాంధినగరం, విజయవాడ. (2)

1. ది 29 అక్టోబరు 1948 తెలుగు స్వతంత్ర మద్రాసు వార పత్రిక యిట్లు వ్రాయుచున్నది.

"ఆభాసక్రైస్తవము" జిజ్ఞాస రేకెత్తించే చురుకైన విమర్శన పుస్తకం. క్రైస్తవమతవిషయాలన్ని లేని వాటిని ఉన్నట్లుగా ఊహించినదని దాని తాత్పర్యం. రెండువేల సంవత్సరాలకి పైనుంచి ఈజిప్టులో 'క్రిష్టియను' మతమనేదివుంది. పుస్తకం. యీ విషయాలన్నిటిని ఆయా గ్రంథాలనుంచి సేకరించిన ప్రమాణవాక్యాలతో సహేతుకంగా

వివరిస్తోంది. ఇదే ఇంగ్లీషులో వెలువడి ఉంటే ఇంకా యెక్కువ ప్రయోజనము, ప్రచారము ఉండేదేమో అని తోస్తుంది." ఇత్యాది,

(2) ది 3-11-48 "విజయవాణి" పత్రిక. విజయవాడ యిట్లు వ్రాసియున్నది.

"ఇది ఒక అపూర్వప్రజ్ఞాసమన్వితె పరిశోధకగ్రంథం, భారత దేశంలో మనసంస్కృతి విజ్ఞానాలకు భంగం కలిగిస్తూవున్న యీ రోజుల్లో ప్రజల కన్నులను తెరుస్తున్న దీ గ్రంథం. ఇది ఇంగ్లీషులోనికి తర్జుమా చేసి క్రిష్టియన్ ఫాదరీలందరికి పంచిపెట్టతగిన ఉద్గ్రంథం." ఇత్యాది.

(3) ది 15-9-48 "కృష్ణాపత్రిక" యిట్లు వ్రాసియున్నది.

"క్రైస్తవమతస్థులు దీనిని సాకల్యంగా పరిశీలించి సత్యవిచారణ చేసుకోవడం మాత్రం వారికే శ్రేయస్కరమనుటకు సందేహము లేదు. హింసావిధానంచేతను, దానోపాయంచేతను మత వ్యాప్తి సాధించుకొన్న పూర్వవృత్తాంతమును తెలుచుకొని యిప్పటికైనా సిగ్గుపడి క్రైస్తవమతమును ఒక క్రొత్తదారి త్రొక్కిస్తే వారికీ లోకానికీ గూడా క్షేమకరం అవుతుంది. ఈ గ్రంథంవారిని అట్టి ఉద్యమానికి ప్రేరేపిస్తుందని ఆశిస్తున్నాం." ఇత్యాది,

(4) ది 4-12-48 "ఆంధ్రవాణి" విజయవాడ యిట్లు వ్రాసియున్నది.

"క్రైస్తవమతము కల్పితమని ఋజువు చేయు గ్రంథములు ఆంగ్లమునందును, హిందీయందును పెక్కులు గలవు. కాని వాని అన్నిటికంటె యీ ఆంధ్రగ్రంథం యెక్కువ ప్రామాణికము గాగలదని చెప్పక తప్పదు. ప్రతిమతస్థుడూ యీ పుస్తకమునుతప్పక చదువవలెను. శ్రీ వెంకటాచలంగారు చేసిన చారిత్రక పరిశోధనకు ఆంధ్రులెల్లరు ఋణపడియున్నారు." ఇత్యాది.

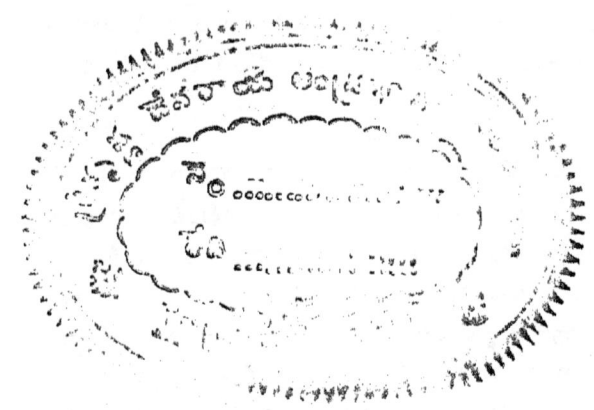

ఆంధ్రు లెవరు?

గ్రంథకర్త:

తన 27వ సం॥ వయసున కౌపీనధారియై దేశాటనము చేయునపుడు

తంజావూర్‌లో 1912 సం॥న తీయబడిన ఛాయాపటము

శ్రీ కృష్ణదేవరాయ ఆంధ్ర భాషానిలయము,

ఆంధ్రులెవరు?

విశ్వామిత్రుని కుమాళ్ళు యేబదిమంది తండ్రిఆజ్ఞ మీరినందున తండ్రిచే శపించబడి దస్యులై అనాగరిక జాతులైన ఆంధ్ర, పుండ్ర, శబర, పుళింద, ముతుబా మొదలుగాగల జాతులుగా మారిపోయిరని ఐతరేయ బ్రాహ్మణము చెప్పుచున్నది. అందు చెప్పబడిన "అంధ్రులే" "ఆంధ్రులని"యు వారి సంతానమే యిప్పుడు ఆంధ్రదేశములో నివసించుచుండిన ఆంధ్రులనియు వెబరు, మాగ్డొనలు,ఇ.జె. రాప్సన్ ఎం.ఎ. మొదలుగాగల పాశ్చాత్య విద్వాంసులును వారి యనుయాయులైన హైందవహూణ విద్యాధికులును భ్రమించి చరిత్రల నల్లియుండిరి.

కాని విశ్వామిత్రుని శాపహతులై "అంధ్ర"నామమును పొందినవారలు వేదబాహ్యులైన మ్లేచ్ఛజాతులుగా మారిపోయిరి. ఆంధ్రదేశములోని ఆంధ్రులు చాతుర్వర్ణ్యములతో గూడి వేదోక్తకర్మల నాచరించువారైన స్వచ్ఛమైన ఆర్యజాతి నేటికిని వేదాధ్యయనములో ఆంధ్రబ్రాహ్మణులను మించినవారు గాని సమానులుగాని భారతదేశమందంతటను గానరారు. పితృశాపోపహతులై వైదికధర్మ భ్రష్టులై, మ్లేచ్ఛులై, పర్వతారణ్యముల నాశ్రయించి, ఉన్న నాగరికతను బోగొట్టుకొని అనాగరికులై హింసాచౌర్యాదులు వృత్తిగా గలిగి అంధ్రాది నీచజాతులలో చేరిపోయిన విశ్వామిత్రుని సంతానమునకును. ఆంధ్రదేశములోని ఆంధ్రజాతియని పిలువబడుచున్న ఆర్యులకును ఎట్టి పోలికయు లేదు. నామసాదృశ్యమాత్రమున వారే వీరైనట్లు భారతీయసాంప్రదాయ జ్ఞానశూన్యులైన పాశ్చాత్య విద్వాంసులూహించిన నూహించెదరు గాక! తమ సాంప్రదాయముల తాము మరచి పాశ్చాత్యుల ననుకరించు హైందవవిద్యాధికు లనుసరించిన ననుసరించెదరుగాక! ఏమాత్రమయిన భారతీయ సాంప్రదాయ మెరిగినవారలైనను అంగీకరింతురా? ఒకసారి వైదికధర్మమునుండి భ్రష్టమైనవా డింతవరకు వైదిక సాంప్రదాయములోనికి తిరిగివచ్చుట కెవరును నంగీకరించుట లేదు. ఇట్టి స్థితిలో అతి పురాతనకాలమున వైదిక ధర్మము నాలుగు పాదములతో నడుపబడుచుండిన కాలమున కర్మభ్రష్టులై,

మ్లేచ్ఛులై, మ్లేచ్ఛాచారముల నాశ్రయించి పర్వతారణ్యముల నివసించుచుండినవారలు తిరిగి వైదిక సాంప్రదాయము ననుసరించుట కలలోనివార్త. అట్టివారిని వైదికధర్మ ప్రవర్తకులుగా నెవ్వరును నంగీకరింపరు. వేదాధ్యయనము నొదిలి యొకటి రెండు పురుషాంతరముల నుండి పురాణవిద్యాభ్యాస మొనర్చుచుండిన యిప్పటి బ్రాహ్మణకుటుంబములలోనె తిరిగి వేదాభ్యాస మొనర్చువారు లేకుండుట మనము ప్రత్యక్షముగా చూచుచుంటిమి గదా! స్వచ్ఛముగా మాటలు మాటలాడుట కూడా యిప్పుడింగ్లీషు చదువుచుండిన బ్రాహ్మణపిల్లలలోనే కనుబడుటలేదు. "బ్రాహ్మణుడు" అని యుచ్చరించవలసిన చోట "భామ్మడు" అని యుచ్చరించు చుండుట నూటికి యిరువదియైదు మంది బ్రాహ్మణ పిల్లలలోనే యిప్పుడు మనము చూచుచున్నాము. ఇట్టి స్థితిలో పితృశాపహతులై, గోత్రప్రవరలను, వైదిక కర్మాధికారమును బోగొట్టుకొని వేదశాస్త్రాది విద్యాభ్యాసమును త్యజించి, యనాచారులై, సంఘదూరులై, సత్పురుషులచేతను, మతగురువులచేతను, చాతుర్వర్ణ్య ప్రజలచేతను పరిత్యజింపబడి, ఆర్యవేషభాషల నొదలి బాహ్యజాతులుగా మారిపోయి పర్వతారణ్యముల వసించి, అడవి మృగములను వేటాడియు, దార్లుకొట్టియు జీవించుచు కొన్నివేల సం॥రముల అనంతరము తిరిగి వైదిక ధర్మావలంబులగుటయు సంఘము దాని నంగీకరించుటయు యెట్లు పొసగును ? ఇది విజ్ఞు లంగీకరింపదగినది కాదు. గనుక ఆంధ్రులు శాపహతులైన విశ్వామిత్రుని సంతానము కానేరరు.

శునశ్శేపుని చరిత్ర

ఆధునిక చరిత్రకారులకు సులభసాధ్యముగా నుండుటకుగాను ఐతరేయ బ్రాహ్మణములో వినబడుచుండిన శాపహతులైన విశ్వామిత్రుని సంతానమునకు సంబంధించిన చరిత్ర నిచ్చట నిచ్చుచుంటిమి :

హరిశ్చంద్రుడను యొకరాజుగలడు. అతడు తనకు కుమారుడు గలిగినయెడల తన కుమారుని యజ్ఞపశువుగా జేసి యాగముచేయునట్లు

వరుణునిగూర్చి మ్రొక్కుకొనెను. ఆపిమ్మట వరుణుని యనుగ్రహమున నాతనికి కుమారుడు గలిగెను. కాని నాతడెప్పటికప్పుడు యజ్ఞమును జేయుటకు సుముఖుడుగాక కాలమును దాటవేయుచుండెను. తన ప్రతిజ్ఞను పాటింపక కాలమును గడుపుచుండిన రాజును వరుణదేవుడు "జలోదరవ్యాధి గ్రస్తుడవవుదువుగాక" అని శపించెను. ఆ శాప వశమున రాజు వ్యాధిగ్రస్తుడై తన దోషమును తెలిసికొని యజ్ఞమును చేయ సంకల్పించెను. యజ్ఞపశువుగానుండి ప్రాణములువీడ నిష్టములేని నాతని కుమారుడు తండ్రియింటిని విడచి అరణ్యములకు పారిపోయెను. అందువలన రాజు చింతాక్రాంతుడై తమ కులగురువైన వసిష్ఠుని సలహా వేడెను. అందుకు వసిష్ఠమహాముని ఇట్లుచెప్పెను. "యజ్ఞపశువుగా నుద్దేశింపబడిన నీకుమారుడు పారిపోయినందుకు విచారింపనక్కర లేదు. యజ్ఞపశువుగానుండి తన శరీరమును దేవతల కర్పింప నిష్టములేని వానిని యజ్ఞపశువుగా జేయరాదు. అట్టివారిని దేవతలు గ్రహింపరు. గనుక విద్యావంతుడై, యోగ్యుడై, దేవతలకు తన శరీరము నర్పింప నిచ్ఛయించెడి యొక బ్రహ్మచారియైన బ్రాహ్మణకుమారుని దెచ్చి నీ యజ్ఞము చేయవచ్చును." అట్టివానికొరకు ప్రయత్నింపుమనెను. పిమ్మట రాజు కోరినంత ధనమిచ్చి అట్టివానిని దెమ్మని తన మంత్రులను ఋష్యాశ్రమములకు వెదుకబంపెను. వారట్లు దేశములో దిరుగుచు విచారించుచుండిన కాలములో నొక యగ్రహారమున అత్యంత దరిద్రుడగు అజీగర్తుడనెడి బ్రాహ్మణుడుండెను. అతనికి ముగ్గురు కుమారులుండిరి. రాజదూతలాయనను సమీపించి 'ఆర్యా! మీకుగల ముగ్గురు కుమారులలో రాజు నిమిత్తమును, దేవతా ప్రీతి నిమిత్తమును యజ్ఞపశువుగా నుండదగిన యొక కుమారు నీయగలరా?' యని ప్రశ్నింపగా బ్రాహ్మణుడు జ్యేష్ఠకుమారునీయ వీలులేదనెను. ఆయన భార్య భర్తమాట లాలించి కనిష్ఠ కుమారునీయుటకు తానంగీకరింపజాలననెను. తల్లిదండ్రుల ప్రసంగములను వినుచుండిన మధ్యమ పుత్రుడిట్లు తలపోసెను. 'నాన్నగారికి జ్యేష్ఠుడును, అమ్మగారికి కనిష్ఠుడును గావలసి యుండిరి. గదా! మధ్యముడనైన నేనెవరికిని యక్కర లేదు. ఈనా శరీరమును రాజునకు ప్రీతిగా దేవతల కర్పించి స్వర్గమును చూరగొనియెదనని

నిశ్చయించి రాజదూతలను చూచి 'అయ్యా! మీరు యీ దంపతులకు కోరిన ధనమిండు. నేను మీ రాజుగారి యాగపశుత్వమున కంగీకరించితి'నని పలికెను. వెంటనే నా దంపతులు కోరిన సొమ్ము వారికొసంగి వారు పిల్లవాని గొంపోయిరి. ఆ పిల్లవాని పేరు "శునశ్శేపుడు" రాజు యజ్ఞమునకుపక్రమించెను—పశువునుబట్టు సమయము సమీపించెను. శునశ్శేపుడు కాళ్ళుచేతులు బంధింపబడి యూపస్తంభమునకు కట్టబడెను. యజ్ఞశాల సభాసదులచే నిండియుండెను. ఇట్టిస్థితిలో విశ్వామిత్ర మహాముని దయార్ద్రహృదయుడై యిట్లు వచించెను. 'రాజా! యీ యజ్ఞము నిక చాలింపుము. నీ శరీరరక్షణార్థ మన్య శరీరమును బలిగొన జూచుట మహాదోషము. గనుక యీ యజ్ఞము నింతతో నిలిపి యీ కుమారుని విడువు'మనెను రాజందు కంగీకరింపడయ్యె— శునశ్శేపుడు విశ్వామిత్రు నుద్దేశించి యిట్లనెను—'కన్నతండ్రిని మించిన ప్రేమతో మీరు నన్ను రక్షింపజూచుచుంటిరి. కాని యీ యాగము పూర్తియై రాజునకు యాగఫలము సిద్ధించి యాతని రుగ్మత నివారణయగుటయు నా కనృత దోషము గలుగకుండుటయు, దేవతలు తృప్తులగుటయు గలిగినగాని నేను విముక్తుడనగుటకు కోరను. సృష్టికి ప్రతిసృష్టిజేయు సమర్థమైన మీ తపోశక్తి వలన సాధ్యముకాని విషయము లేదు - గాన యీ నాకోరికను మన్నింపుడనెను. విశ్వామిత్రు డా కుమారుని సౌజన్యమునకు మెచ్చి వానికి వారుణమంత్రము నుపదేశించి యుచ్చైస్స్వరమున నా మంత్రముచే వరుణుని స్తుతింపుమనెను - శునశ్శేపుడట్లు జేయగా వరుణుడు ప్రసన్నుడై వచ్చి శునశ్శేపుని కట్లను స్వయముగా విప్పి వానిని విముక్తుని జేసి రాజునకు యాగఫలమునిచ్చి నాతని రుగ్మతను నివారింపజేసి యదృశ్యుడయ్యెను పిమ్మట విశ్వామిత్రు డా కుమారుని తన యాశ్రమమునకు తీసుకొని వెళ్లెను.

విశ్వామిత్రుని కుమాళ్లు-శాపము

ఇకమీద రాజోపకథ విశ్వామిత్ర కుమారుల కథ నీవిధముగా ఐతరేయ బ్రాహ్మణమున వినబడుచున్నది. బ్రాహ్మణ వాక్యమును విద్యారణ్య భాష్యమును, అందుకు తెలుగు తాత్పర్యమును దిగువ వివరింపబడుచున్నది.

ఐతరేయబ్రాహ్మణం, సప్తమపంచకా తృతీయాధ్యాయః ౧౮, (ఐ ౭-౩-౧౮) బ్రాహ్మణం :—"తస్యహ విశ్వామిత్రస్యై కశతంపుత్రా ఆసుః పంచాశదేవజ్యాయాంసో మధుచ్ఛందసః పంచాశత్కనీయాంస స్తద్యేజ్యాయాంసో నతే కుశలం మేనిరే; తాననువ్యాజహారాంతాన్వః ప్రజాభక్షీష్టేతి తఏతేంధ్రాః పుండ్రాః శబరాః పుళిందా మూతిబా ఇత్యుదంతాన్—

బహవో భవంతి వైశ్వామిత్రా దస్యూనాంభూయిష్ఠాః

సాయనభాష్యం :— విశ్వామిత్రాణాం వృత్తాంత ప్రారంభః

"మధుచ్ఛందో నామకః కశ్చిత్పుత్రో మధ్యమ స్తతోపి జ్యేష్ఠాః కనిష్ఠాశ్చప్రత్యేకం పంచాశత్సంఖ్యాకా ఇత్యేవ మేకశతం తస్యపుత్రాః— తేషాం మధ్యే జ్యేష్ఠానాం వృత్తాంతమాహ.

"తత్రేష్వేకశతసంఖ్యాకేషుపుత్రేషు మధ్యేయే మధుచ్ఛందసో జ్యేష్ఠాః పంచాశత్సంఖ్యాకాః సంతితే శునశ్శేఫస్య విశ్వామిత్ర పుత్రత్వం కుశలం నమేనిరఇదం సమీచీనమిత్యేవం నాంగీకృతవంతం తాః జ్యేష్ఠాః పంచాశత్సంఖ్యా కాననులక్ష్యవిశ్వామిత్రో వ్యాజహార వ్యాహారణం శాపరూపం వాక్యముక్తవాన్, హే జ్యేష్ఠపుత్రా! యుష్మాకం మదీయా జ్ఞాతిలంఘినాం ప్రజాఃపుత్రాదికా అంతాన్ భక్షీష్ట, చండాలాదిరూపా న్నీచజాతి విశేషాన్ భజతామితి తఏతే శప్తాః సంతో అంధ్రత్వాది పంచవిధ నీచజాతి విశేషా భవంతి ఇతిశబ్దస్య తత్ప్రదర్శనార్థత్వా దన్యేపి నీచజాతివిశేషాః సర్వేవివక్షితాః ఉద్గతోంత ఉదంతోత్యంత నీచజాతి స్తత్రభవా ఉదంత్యాః తేబహవో నేకవిధా వైశ్వామిత్రా విశ్వామిత్ర సంతతి జాదస్యూనాం తస్కరాణాంమధ్యే భూయిష్ఠా అత్యధికాః"

తా॥ "ఆ విశ్వామిత్రునకు నూర్గురు పుత్రులుండిరి. అందు మధ్యముడైన మధుచ్ఛందుడు జ్యేష్ఠుడుగా గల చిన్న కొడుకులు యేబదిమంది జ్యేష్ఠులు యేబదిమంది (తనతో తెచ్చిన శునశ్శేఫుని జ్యేష్ఠునిగా చేసి వాని యాజ్ఞకు బద్ధులైయుండునట్లు విశ్వామిత్రుడు

తన పుత్రులను కోరెను.) జ్యేష్ఠపుత్రు లేబదిమంది తండ్రియాజ్ఞను మన్నింపలేదు. (మన్నింపకపోగా హేళనముజేసిరి) అందుకు విశ్వామిత్రుడు కోపించి తన వాక్యము ననుసరింప నిరాకరించిన జ్యేష్ఠపుత్రు లేబదిమందినిగూర్చి శాపరూపమైన నీ దిగువ వాక్యమును బలికెను.

"పితురాజ్ఞాతిక్రమణ మొనర్చిన యో జ్యేష్ఠపుత్రులారా! మీరలు చండాలాది రూప నీచజాతులు గానయ్యెదరు గాక!" అని శపించెను.

ఆ శాపమువలన వారలు శారీరకముగాను, మానసికంగాను, నీచజాతి పరిణామము నుపొంది, నీచజాతులయిన ఆంధ్ర, పుండ్ర, శబర, పుళింద, మూతిబా మొదలయిన నీచజాతులుగా మారిపోయిరి. 'ఇతి' శబ్దమువలన పైని పేర్కొనబడిన అయిదు జాతులేగాక ఇంకా ఇతరములుగానున్న అంత్యజాతులన్నియుగూడ చెప్పబడినవి. (అనగా అంత్యజాతులుగామారి వారితో మిళితమయిపోయిరని తాత్పర్యము) వారందరును అంత్యజాతులలో జన్మాంతములయందుగూడా యుదయించుచుండిరి. విశ్వామిత్రుని సంతానమువలన బుట్టినవారలు దస్యులనబడు దొంగలలో అత్యధికులుగా నుండిరి."

శాపగ్రస్తులై, వైదిక ధర్మభ్రష్టులై నీచజాతినిబొంది నీచాతినీచమైన గుణములతోగూడిన దస్యుజాతులుగా అనగా చౌర్యహింసాదులతో గూడిన వృత్తులతో జీవించువారైరి. (ఆంధ్రాది నీచజాతులు ఆ కాలమునకు ముందునుండియు అనగా సృష్ట్యాదినుండియు ఆర్యావర్తమున యుండియున్నట్లు గ్రహింపవలెను).

శాపకాలము

ఈ కథ హరిశ్చంద్రునికాలములో జరిగినది. అది వైవస్వత మనువులో మొదటి మహాయుగములోని కృతయుగము అనగా ఇప్పటికి 11,98,24,226 (పదకొండుకోట్ల తొంబదిఎనిమిది లక్షల ఇరువది

నాలుగువేల రెండువందల ఇరువదియాఱు) సంవత్సరముల క్రిందట జరిగిన కథ. ప్రతి మహాయుగమునను వెనుకటి మహాయుగములో జరిగిన విధముననే జరుగుచుండును. ఆ ప్రకారముగా ఇప్పుడు మన ముండిన ఈ ఇరువదిఎనిమిదవ మహాయుగములోని కృతయుగముగా నెంచిన ముప్పదిఎనిమిదిలక్షల సంవత్సరముల కాలముక్రిందట జరిగిన కథగా నెంచవచ్చును. ఇందులోని "ఆంధ్ర"శబ్దమును జూచియే మన వారలు శాపగ్రస్తులై వైదికధర్మభ్రష్టులై నీచజాతులతో కలసిపోయి చౌర్యహింసాదులతో జీవించెడి ఆంధ్రజాతీయులు తమకు మూలపురుషులుగా నెంచుకొనుచుండుట తమ ఆర్యసాంప్రదాయమును మరచుటవలననే యని ఎఱుంగవలెను.

"ఆంధ్ర"జాతి స్వచ్ఛమైన ఆర్యజాతియేగాని "ఆంధ్ర"యనెడి పేరుగల భ్రష్ట నీచజాతికాదు.

శబ్దసాదృశ్యముచేజాతి నిర్ణయముచేయరాదు

"ఆంధ్ర" శబ్దసాదృశ్యముచే వారే "ఆంధ్రు"లని భ్రమించు నెడల చంద్రవంశములోని యదుపుకుమారుడు "క్రోష్టు" అనువాని వంశములో "వృష్ణి, అంధ, భోజాదు"లలో నొక "అంధ" యనువాని సంతానము "అంధ"లనియు "అంధకు"లనియు పిలువబడిరి. వీరేల ఆంధ్రులకు మూలపురుషులు కాకూడదు ? విశ్వామిత్ర శాపహతులైన "ఆంధ్రులు" నీచజాతీయులై యుండినందునను "ఆంధ్రులు" చాతుర్వర్ణ్యములతో నలరారుచు వేదోక్తాచార – ధర్మములను గలిగి యున్నందునను ఈ రెండును పరస్పర ధర్మవిరుద్ధములుగల జాతులై యున్నవి. గనుక వీరు "ఆంధ్ర"జాతికి మూలపురుషులు కాజాలరు. యదుపుకుమారుడైన "క్రోష్టువు"వంశములోని "అంధ"యనువాని వంశీయులు ఏకమయిన క్షత్రియజాతియయినందున వీరును చాతుర్వర్ణ్యములతోగూడిన "ఆంధ్ర" జాతీయులకు, మూలపురుషులు గాజాలరు.

"ఆంధ్ర" శబ్దకారణము

మూడుకోట్ల పదిలక్షల ముప్పదియొక్క-వేయి ముప్పదినాలుగు సంవత్సరముల|క్రిందట పరిపాలించిన యయాతి రాజు కొడుకయిన "అనువు" వంశములో యయాతినుండి ప్రముఖ వంశములను లెఖ్ఖ వేయగా 15 వ ప్రముఖ వంశములో జన్మించిన "బలి" యను రాజు కుమారులయిన 1 అంగ 2 వంగ 3 కళింగ 4 సుంహ్మ 5 పుండ్ర 6 ఆంధ్ర అను వారలలో 6 వ వాడైన "ఆంధ్ర" అను రాజువలన పరిపాలింపబడిన రాజ్యమునకు "ఆంధ్ర"దేశమనియు అందలిజనులకు "ఆంధ్రు"లనియు నామంబులు గలిగినట్లును అటులనే "ఆంధ్రుని" సోదరులయిన 1 అంగ 2 వంగ 3 కళింగ 4 సుంహ్మ 5 పుండ్రులవలన పరిపాలింపబడినదేశము లాయా, రాజనామంబుల పిలువబడినట్లును భాగవతమున నవమస్కంధములో స్పష్టముగా జెప్పబడియున్నది. (భాగ 9_685 చూడుడు)

చాతుర్వర్ణ్యములతో గూడి వైదికధర్మ ప్రవృత్తులయిన ఆర్య జాతి పరిపాలకుడయిన "ఆంధ్ర" నృపతినామంబున "ఆంధ్ర" జాతి యని పిలువబడినదిగాని శాపహతులై భ్రష్టులై నీచజాతీయులుగా మారిపోయిన "ఆంధ్ర" జాతి కాదని తెలియవలయును.

శ్రీమద్భాగవతే నవమస్కంధే 23 అధ్యాయే 5; 6 శ్లోకాః

శ్లో॥ "అంగవంగ కళింగాద్యాః సుంహ్మ పుండ్రాంధ్ర సంజ్ఞితాః
జజ్ఞిరే దీర్ఘతమసోబలేః క్షేత్రేమహేశితః (శ్లో 5)

శ్లో॥ "చక్రుస్స్వనామ్నావిషయాన్ షడిమాన్ ప్రాచ్యకాంశ్చతే 6

తా॥ "బలియను మహారాజునకు దీర్ఘతముడను ఋషి యను గ్రహమున 1 అంగ 2 వంగ 3 కళింగ 4 సుంహ్మ 5 పుండ్ర 6 ఆంధ్రయను పేర్లుగల ఆర్గురు కుమారులు గలిగిరి. వారు తూర్పుదేశమునకు రాజులై ఆరుదేశభాగములకు తమ నామములనే పేర్లుగానుంచి ఏలిరి.

(శ్రీ పోతనామాత్యుని శ్రీమదాంధ్రభాగవతం నవమస్కంధం 685 చూడుడు)

వచనం:- తితిక్షు-కు రుశద్రథుండు, రుశద్రథునకు హేముండు, హేమునకు సుతపుండును, సుతపునకు బలియుపుట్టిరి; ఆబలివలన అంగ వంగ, కళింగ, సింహ్మ, పుండ్రాంధ్రులను పేర్లుగలవా రార్వురు కుమారులు పుట్టిరి. వారలు తూర్పుదేశంబునకు రాజులయి దేశంబులకు తమ తమ నామధేయంబులిడి యేలిరి. పై ప్రమాణమువలన "ఆంధ్ర" అను జాతీయులు "ఆంధ్ర" జాతివాగలుగారనియు "ఆంధ్ర" యను రాజు తనపేరున నారాజ్యమును "ఆంధ్ర" దేశమని పిలిచి యున్నందున నాదేశప్రజలకు "ఆంధ్రు"లని పేరుగలిగినదని తెలియవలయును.

రాజనామములచే పిలువబడిన దేశములు, ప్రజలు

వరుస సెం.	రాజు పేరు	రాజ్యముచేసిన ప్రదేశమునకు కలిగిన దేశనామము	ప్రజలకు కలిగిన నామము
1.	యయాతి కుమారుడు యదువు సంతానములో యయాతినుండి లెక్కింపగాఏడవవంశపువాడగు కుంతలుడు	కుంతలదేశము	కుంతలులు
2.	డిటో, డిటో తొమ్మిదవ వంశపువాడు మహిష్మంతుడు	మాహిష్మతీపురం	మాహిష్మతులు
3.	డిటో, డిటో క్రోష్టువు అనువాని వంశము యయాతి నుండి పదిహేనవ వంశపువాడు "విదర్భుడు"	విదర్భదేశం	విదర్భులు
4.	డిటో వంశములో యయాతి నుండి లెక్కింపగా యిరువదవ వంశపువాడును విదర్భుని వంశములోనివాడును చేది	చేదిదేశం	చైద్యులు
5.	యయాతినుండి పూరుని వంశములో యిరువదిరెండవ వంశపువాడు "హస్తి"	హస్తినాపురం (ఢిల్లీ)	

వరుస నెం.	రాజు పేరు	రాజ్యము చేసిన ప్రదేశము నకు కలిగిన దేశనామము	ప్రజలకు కలిగిన నామము
6,	యయాతినుండి 26 వ వంశము వాడును ఋక్షుని సంతానము లోని పూరుని వంశములోని వాడు "కురు"	కురుక్షేత్రం	కౌరవులు
7,	యయాతి నుండి ద్రుహ్యుని వంశము లోని ఐదవ వాడు గాంధారుడు	గాంధారదేశం	గాంధారులు
8.	డిటో, డిటో పదవ వంశము లోని సంతానము నూరుమంది మధ్యాసియాలోని మ్లేచ్ఛ దేశ ప్రభువులు	యవన, (గ్రీసు) బాహ్లీక (బాక్) తురష్క (టర్కీ) శక & పల్లవ (పర్షియా) కంపిల (కాబూలు) ఆదిగాగల మ్లేచ్ఛ దేశములు,	యవనులు బాహ్లీకులు, తురుష్కులు, శకులు, పల్లవులు, కాపిలులు లేక కాబూలీలు.
9.	యయాతి కొడుకు అనువు వంశములో యయాతినుండి పదవ వంశమువాడు ఉశీనరుడు.	ఉశీనర దేశము	ఉశీనరులు
10.	యయాతి కొడుకు అనువువంశములో—	1 వృషదర్భదేశం	వృషదర్భులు
11.	పండ్రెండవ వంశము లోని రాజులు—	2 సువీర లేక సౌవీర	సౌవీరులు

వరుస సెం.	రాజు పేరు	రాజ్యముచేసిన ప్రదేశము నకు కలిగిన దేశనామము	ప్రజలకు కలిగిన నామము
12.	1 వృషదర్భ 2 సువీర 3 మద్ర 4 కేకయ	3 మద్ర దేశము	మద్రులు
13.		4 కేకయ దేశం	కేకయులు
14.	యయాతికొడుకు అనువు వంశములో యయాతి నుండి 16 వంశములోని రాజులు అంగరాజు	అంగ దేశము	అంగులు
15.	వంగరాజు	వంగ దేశము	వంగీయులు
16.	కళింగరాజు	కళింగ దేశం	కాళింగులు
17.	సుంహ్మరాజు	సుంహ్మ దేశము	సుంహ్మలు
18.	పుండ్రరాజు	పుండ్ర దేశము	పుండ్రులు లేక పౌండ్రకులు
19.	ఆంధ్రరాజు యయాతికొడుకు తుర్వసువంశములో యయాతి నుండి 11 వ వంశపు రాజులు	ఆంధ్ర దేశము	ఆంధ్రులు
20.	పాండ్య	పాండ్య దేశము	పాండ్యులు
21.	కేరళ	కేరళ దేశము	కేరళులు
22.	చోళ	చోళ దేశము	చోళులు
23.	కుల్య	కుల్య దేశము	కుల్యులు
24.	వైవస్వతమనువునుండి రెండవ వంశమువాడు కరూశుడు	కారూశ దేశము	కారూశులు

ఇట్లు రాజనామమున దేశము పిలువబడినందున నా దేశవాసులా దేశనామమున పిలువబడిరి. ఇట్టి సాదృశ్యము లింకను ననేకములు గలవు.

ఆంధ్రనృపతి కాలము

ఆంధ్రనృపతి యయాతినుండి 16 వ, వంశమువాడు, తితిక్షువున కన్నగారగు ఉశీనర నృపతి సంతానములో ఏడవవాడగు రోమపాదుడను వాడుక పేరుగల చిత్రరథుడు యయాతినుండి అనువువంశములోనే పదహారవ తరమువాడు. రోమపాదునికి ఆంధ్రనృపతి సమకాలికుడు. రోమపాదుడు సూర్యవంశములోని దశరథునికి మిత్రుడు. దశరథుడు తన కుమార్తె శాంతను రోమపాదునికి పెంచుకొనుట కిచ్చియున్నాడు (భాగ. 7-685, 686) చంద్రవంశములోని రోమపాదుడు సూర్యవంశములోని దశరథుడు సమకాలికులు. దశరథుడు 1 కోటి నలుబది ఆరులక్షల సంవత్సరముల క్రిందట గలడు. దశరథుడు, ఆంధ్రనృపతి, సమకాలికులు గనుక ఆంధ్రనృపతి కాలము కూడ 1 కోటి నలుబది ఆరులక్షల సం॥రములై యున్నది. ఇరువదియైదవ మహాయుగములోని త్రేతాయుగము ఆ కాలమున కనేకకోట్ల సం॥రముల క్రిందటినుండి ఆర్యులు బ్రహ్మావర్తమునుండి క్రమక్రమముగా దక్షిణాపథమున వ్యాపించి రాజ్యములను స్థాపించియుండిరి. యయాతి కొడుకగు అనువు వంశములో "బలి" యను రాజు భారతదేశములో తూర్పుభాగము నంతను ప్రభుత్వము చేసియున్నాడు. అతనికి పిమ్మటాతని కుమారు లా దేశమును విభాగించుకొని పరిపాలించిరి. వారిలో అంగనృపతి భాగమునకు వచ్చిన దేశము అంగదేశమనియు, వంగనృపతి భాగమునకు వంగదేశమనియు, కళింగుని భాగమునకు కళింగమనియు, సుంహ్మునిభాగము సుంహ్మ దేశమనియు, పుండ్రనృపతి భాగముకు పుండ్రదేశమనియు, ఆంధ్రనృపతి భాగమునకు ఆంధ్రదేశమనియు, పిలువబడినది. ఏదేశములో నివసించుచుండిన ప్రజలా దేశ నామముచే పిలువబడిరి. ఈ రాజులు దేశమును పంచుకొనునాటికే చాతుర్వర్ణ్యవ్యవస్థగలిగి వైదిక సాంప్రదాయానుసారులైన ఆర్యజాతీయులచ్చట నివసించుచుండిరనుట సుప్రసిద్ధము. ఆంధ్రజాతి సృష్ట్యాదినుండియు నుండిన ఆర్యజాతియే వైయున్నది. పరిపాలకుని నామముచే ఆంధ్రదేశమనియు, ప్రజలాంధ్రులనియు పిలువబడి క్రమముగా "ఆంధ్రజాతి"గా నెంచబడినది—

ప్రవరాంతరం

విశ్వామిత్రుని కనిష్ఠపుత్రులైన యేబదిమందితో గూడిన మధ్యమపుత్రుడైన మధుచ్ఛందుడు శునశ్శేపుంజూచి యీ విధముగా జెప్పెను "ఓ శునశ్శేపుడా! మనకు తండ్రియైన విశ్వామిత్రుడే కార్యమును అనగా నీ జ్యేష్ఠత్వము నంగీకరింపమని మా కాజ్ఞాపించెనో దానికి మేమంగీకరించితిమి. నీవు మాకు జ్యేష్ఠుడవు నీపేరున శునశ్శేపులని పిలువబడుటకు మేమంగీకరించితిమి. మేము నిన్ను జ్యేష్ఠుడైన అన్నగా నెంచుకొంటిమి. నీ యాజ్ఞకు బద్ధులమై నడుచుకొందుము" అని చెప్పెను—మధుచ్ఛందాదులైన కనిష్ఠు లేబదిమందియు తన యాజ్ఞను పరిపాలించినందుకు సంతోషించినవాడై విశ్వామిత్రుడు ఆ కుమారులను పశు ధనముతోను, వీర్యవంతులైన పుత్రులతోను వృద్ధిబొందగలరని యనుగ్రహించెను. శపించబడిన జ్యేష్ఠపుత్రులు కౌశికగోత్రమునుండి తొలగిపోయి గోత్రశూన్యులై దస్యులైరి. భార్గవగోత్రీకుడైన శునశ్శేపుడు "దేవరాతుడ"ను పేరున కౌశికగోత్రములో ప్రవరుడయ్యెను. వైశ్వామిత్ర, దైవరాత, జౌదల అనియు వైశ్వామిత్ర, దైవరాత, దేవల అనియు భార్గవగోత్రీకుడైన శునశ్శేపుడు దైవరాతుడను పేరున విశ్వామిత్ర గోత్రములో ప్రవరుడైనందున విశ్వామిత్ర గోత్రమున ప్రవరాంతరము కలిగియున్నది. అసలు విశ్వామిత్ర (లేక కౌశిక) గోత్రమునకు వైశ్వామిత్ర, అఘమర్షణ, కౌశికయను ప్రవరయై యున్నది. (భాగవతము నవమస్కంధం 23 వ అధ్యాయంచూడుము.)

ఆంధ్రజాతి స్వచ్ఛమైన ఆర్యజాతి

విశ్వామిత్రుని ఆశ్రమము ఆర్యావర్తములోని సరస్వతీనదీ తీరము. శునశ్శేపుని కథ జరిగిన దాప్రదేశముననై యున్నది. అచ్చట శాపహతులైన విశ్వామిత్రుని సంతానములోని వారా ప్రదేశమున గల పర్వతారణ్యముల నాశ్రయించి అదివరకక్కడ వ్యాపించి నివసించుచుండిన ఆంధ్రాది నీచజాతులతో కలిసిపోయిరి గనక వారి నివాసముత్తరభారతమని మన మెంచవచ్చును. వారా ప్రదేశములలో నివసించుచు అప్పుడప్పుడు సమభూములకువచ్చి ఆర్యులు నివసించుచుండిన

గ్రామములను దోచుకొనుచు వారిని బాధించుచుండిరి. కాలము గడచుచురాగా అనేకమార్పులకులోనై రాను రాను నేటికాలమునకు వారలు నానాదేశములకుజేరి యేదేశమునజేరిన వారలాదేశమున పంచములనియు, షష్టములనియు, లేక నాయాదేశనామములచే వివిధ నామములతో పిలువబడుచు నేటికిని బాహ్యజాతులుగా గ్రామములకు బహిఃప్రదేశమున నివసించుచు చాతుర్వర్ణ్యముల వారికి నాయావృత్తులలో తోడ్పడుచు కూలిచేసికొనుచు జీవించుచుండిరి. ఒకసారి వైదిక ధర్మమునుండి భ్రష్టుడైనవాడు తిరిగి వేదాధ్యయనముచేసి వేద ధర్మావలంబియగుట సృష్ట్యాదిలగాయతు యింతవరకు యెన్నడును జరిగియుండిన విషయముకాదు. జాతి సాంకర్యము నొందుచుండిన యీ కాలమునగూడ నీచజాతుల నుత్తమజాతులలో గలియనిచ్చుట లేదు. ప్రభుత్వము సాంకర్యముజేయ సంకల్పించుచున్నను ప్రజాభిప్రాయము సుముఖమగుటలేదు – ఇట్టి స్థితిలో కేవలము చాతుర్వర్ణ్య ధర్మములను కాపాడుచు వర్ణసాంకర్యము, వృత్తిసాంకర్యము లేక ప్రజ లేవర్ణములలో జన్మించినవార లావర్ణములో యెట్టి వృత్తిగలవారట్టి వృత్తితో నుండునటుల శాసించుటయే రాజధర్మముగా నెంచబడి ప్రభుత్వము ధర్మమును శాసించుచుండినకాలంలో చండాలాది బాహ్య జాతులు దేశములను నాక్రమించుటయు, చాతుర్వర్ణ్యములుగా నేర్పడుటయు, వేదశాస్త్రాధ్యయనాదు లొనర్చుటయుహాస్యాస్పదవిషయము. ఈ బాహ్యజాతులు దేశముల నాక్రమించుట కక్కడ జనులు లేకుండిన గదా! దేశమంతయు నుత్తమజాతులతో కోట్లసంవత్సరముల క్రిందటనే నిండిపోయినది. వారితోకూడ వారికి సేవజేయుచు బాహ్య జాతులుగూడను వారిని వెంబడించుచు వారికి దూరమున నివసించుచు వారివలన జీవనము జేయుచు నుండు విషయము యీ చరిత్రకారుల బుద్ధికి దోచకుండుట చిత్రము. మొదటినుండి తుదివరకు అనాగరిక మోటుజాతులే మానవజాతికి, నాగరికతకుమూలపురుషులని వీరి బుద్ధులలో నెక్కించిన పాశ్చాత్యపండితుల జాతి పుట్టుపూర్వోత్తరమంతయు ఆరువేల సం॥రములకు లోపుననే గదా! ఇట్టిస్థితిలో వారి ననుసరించెడి మన హూణవిద్యాధికులు తమ శాస్త్రములయందు చెప్పబడి

తాము నిత్యము సర్మించుచుండిన సృష్ట్యాదికాలగణనమునైనను స్మరణలోనికి దెచ్చుకొనకుండుట శోచనీయము—

"ఆంధ్ర"జాతి శాపోపహతులైన విశ్వామిత్రుని సంతానము కలిసిపోయిన బాహ్యజాతి. "ఆంధ్రజాతి" చాతుర్వర్ణ్యములతో కూడి వైదికధర్మములతో నలరారుచుండిన స్వచ్ఛమైన ఆర్యజాతి. యీరెంటికిని పోలికయేమియు లేదు.

పాశ్చాత్యులు గొప్ప ప్రతాపముగలిగి కొండదొంగలుగానుండి చుట్టుప్రక్కలనుండు దేశములను దోచుకొనుచు, దేశమును కొల్లగొట్టుచు, సముద్రముమీాద పోవుచుండిన వర్తకపుటోడలను పట్టుకొని అందలి వర్తకులను ప్రయాణీకులను హింసించి వారి సరకులను సొత్తులను దోచుకొనుచు అతి సాహస కార్యము లొనర్చిన ఓడదొంగలను (pirates) తమ వంశపు మూల పురుషులుగా చెప్పుకొనుటకు గర్వపడుచుందురు. వారు పశుప్రాయులైన మోటుజాతినుండి క్రమక్రమముగా పరిణామమునుబొంది అనేక సాంకర్యములతో గూడి నేటికీవిధముగా తయారైరి. అందువలనభారతీయుల సాంప్రదాయముకూడ నటులనే యుండవచ్చునని యూహించి అనాగరిక కొండజాతీయులై నీచ సాంప్రదాయులతో కలిసి బాహ్యజాతిగా మారిపోయిన "ఆంధ్రజాతి" వారలే ఆంధ్రదేశమున వ్యాపించిరని వ్రాయ సాహసించిరి. ఆర్యులు పరమాత్మనుండి క్రమక్రమముగా స్థూలరూపమును బొంది అనంత జ్ఞానరాశినుండి వేరుపడి స్వర్గలోకమునుండి మానవలోకమైన యీా భూలోకమున కవతరించి శమదమాది సద్గుణములతో నలరారెడి జ్ఞానమూర్తులని వారికెట్లు తెలియును ? ఆర్యాఃఅనగా ఈశ్వరపుత్రాః అని యాస్కాచార్యులు అయిదువేల సం॥రముల క్రిందట తమ ఋగ్వేద భాష్యములోను, శ్రీ విద్యారణ్యస్వామి ఆరువందల సం॥రముల క్రింద తాము వ్రాసిన వేదభాష్యములోను వ్రాసియుండిరి. ఆర్యులనగా "ఈశ్వర పుత్రులని అర్థము. అనగా పరమాత్మనుండి ఆవిర్భవించినవారని అర్థము. అట్టి మహానుభావుల సంతానమయ్యును కించిత్కాల ముదరపోషణార్థ మభ్యసింపబడిన పాశ్చాత్య విద్యాభ్యాసమున తమ స్వరూపమును తాము

మరచి పాశ్చాత్య గురువు లనుగ్రహించిన తెలిసియు తెలియని హేత్వాభాసములచే వ్యర్థవాదములను జేయుచు మేకలలో బెంచబడి స్వరూపమును మరచి తాను మేకననుకొనెడి సింహమువలె భ్రాంతులై తమ నిజస్వరూపమును తెలిసికొనలేకుండిరి.

"అంధ్ర" "ఆంధ్ర" అను పదములు స్వల్ప మార్పులతో గూడియున్నందున అన్నియు ఏకోచ్చారణ గలవై గ్రంథములలో ఏకార్థమున యుపయోగింపబడినవి ఆంధ్రదేశము ఆంధ్రజనులు చెప్పబడినచోట్ల పురాణములలో సైతము కొన్నికోట్ల "ఆంధ్ర" యనుయు కొన్నిచోట్ల "అంధ్ర" యనియు యేకార్థమున బ్రయోగింపబడినది. అంత మాత్రమున మనమా రెండు జాతుల నేకముగా నెంచరాదు. "అంధ్ర" లేక "ఆంధ్ర" యను జాతియొకటి విలోమ సంకరజాతులలో సృష్ట్యాది నుండియు నున్నటుల మనుస్మృతి చెప్పుచున్నది.

శ్లో॥ మత్స్యఘాతో సిషాదానాం త్వష్టిస్త్వా యోగవస్యచ
మేదాంధ్రచుంచు మద్గూనా మారణ్య పశుహింసనమ్॥

(మను ౧౦-౪౮)

తా॥ నిషాదులకు చేపలుపట్టుటయు, అయోగవునకు వ్రడంగమును, మేదులు, ఆంధ్రులు, చుంచులు, మద్గులు, వీరి కారణ్యమృగములను హింసించుటయు వృత్తి.

పై శ్లోకమునందు చెప్పబడిన ఆంధ్రాదిజాతులు విలోమజాతులైన చండాలాదులకు విలోమసాంకర్యమున జనించిన అత్యంత హీనజాతులు. ఇట్టి బాహ్యనీచ జాతుల సాంకర్యమును పొంది వారిలో నైక్యమై తమ కులగోత్రములను పోగొట్టుకొని వారితో వివాహాది సంపర్కారములను బొందిన విశ్వామిత్ర సంతానము కొన్నికోట్లు లేక లక్షల సం॥రములకు తిరిగి ఆర్యులుగామారి బ్రాహ్మణకులములో గాని చాతుర్వర్ణ్యములలో దేనిలోగాని చేరినటు లెచ్చటను ప్రమాణవాక్యము గానరాదు. లేక వారొక ముఠాగా నేర్పడి పాశ్చాత్యపండితులు వ్రాసినటుల వింధ్యపర్వతములను దాటి దిగువ రాజ్యస్థాపనలు చేసినటుల యొక్క వాక్యమైనను యెచ్చటను చూపజాలరు. ఇది కేవలము పాశ్చాత్య పండితుల యూహయేగాని అన్యముకాదు. దానినే

మనవారును యనుసరించిరి. అట్లు వారి వాదమున కనుకూలమైన యొక్క వాక్యమైనను దొరకకపోగా ఒకసారి ఆర్య సాంప్రదాయము నుండి భ్రష్టమైన వాడు తిరిగి చాతుర్వర్ణ్యములలో చేరుటకు వీలులేకుండునట్లు శాస్త్రములు ధర్మనిర్ణయము చేసియున్నవి. రాజు ప్రజలు నాధర్మములను బహు కఠిన నియమములతో నాచరణలో పెట్టుచుండిరి. ఇట్టిస్థితిలో చండాలాదులైన వారికంటె నీచమైన "ఆంధ్రాది" జాతులు తిరిగి ఆర్యసాంప్రదాయమున జేరి నాలుగువర్ణములలోను కలిసి పోయిరనుట యసంగతము. విచారణలేని నిర్ణయం.

హైందవ హూణవిద్యాధికులు పాశ్చాత్యుల ననుకరించుచు వారు చెప్పిన దానికంతయు తలలూగింపుచు వారి పొరబాటభిప్రాయములను మన దేశభాషలలోనికి దెచ్చి మనజాతులచరిత్రలలో నెక్కించి తమజాతి నత్యంత నీచజాతిగా వ్రాసికొనుటకు సిగ్గుపడకుండుట శోచనీయము. పాశ్చాత్యగురువుల ననుసరించుటయే వీరి తాత్పర్యముగా దోచుచున్నది ఆంధ్ర యను పేరున నీచజాతులలోను యుండవచ్చును ఉత్తమజాతులలోను యుండవచ్చును. ఆ రెంటికిని మూలములు వేరుగా నుండుననుట కెట్టి సంశయమును లేదు. ఈ విషయము లోగడ చర్చింపబడినది. ప్రతివిషయమును మూలములోనికి పోయి విమర్శించుకొని సత్యనిర్ణయ మొనరింపవలయును గాని కేవలము నామసాదృశ్యముచే రెంటిని యేకముచేయుట బహు అన్యాయము విచారణలేకనే కేవలము తమ యూహలకు యొక జాతిచరిత్రను బలిచేసి నీచపర్యవసానమునకు దెచ్చుట సహింపకూడని విషయము. మన ఆంధ్రదేశములో ప్రతి కుటుంబమునకు యొక యింటిపేరుండుట ప్రసిద్ధముగదా? ఒకే యింటి పేరు బ్రాహ్మణ, క్షత్రియ, వైశ్య, శూద్ర కుటుంబమునకును గలిగి యుండుట గలదు. అదే యింటిపేరున చండాలకుటుంబములు కూడా గలవు. ఇంటిపేరు సాదృశ్యమున యీ కుటుంబములన్నియు చండాల కుటుంబములనుండియే యుత్పన్నమైనవని చెప్పుట తెలివిహీనతయే గదా!

ఆంధ్రదేశమున గల చాతుర్వర్ణ్యముల వారికిని ఆంధ్రాది నీచజాతులవారే మూల పురుషులైన యెడల నాలుగు వేదములకు భాష్య

ములరచించి ప్రపంచమునకు వేదార్థభిక్ష పెట్టిన శ్రీ విద్యారణ్య స్వామియు, ఆంధ్రదేశమున తురకలను జొరనీయక దక్షిణదేశమున గల ఆంధ్రాదిజాతుల విజ్ఞానమును మతమును కాపాడి పాలించిన శ్రీ కృష్ణదేవరాయలాది విజయనగర సామ్రాట్టులును, కుబేరునిమీరిన ఐశ్వర్యాదులతో తులదూగుచు తమకృషి వ్యాపారాదివృత్తులచే దేశము నైశ్వర్యవంతముగ నొనర్చిన వైశ్యకులోత్తంసులును, తమ శౌర్య పరాక్రమములచే రాజులకండగా నిలిచి యుద్ధములందు పోరాడి మ్లేచ్ఛలాదిగాగల శత్రువులను దునుమాడి మన సాంప్రదాయములను నిలుపుటయే గాక రాజులు నశించి దేశ మరాజకముగానున్న సమయమున సాహసోపేతులై నిలిచి దేశపరిపాలనను తమచేతులలోకి తీసుకొని ప్రజలను ధర్మమార్గమున కాపాడుచు ఆర్యసంస్కృతిని కాపాడిన ఆంధ్రదేశములోని మన కమ్మ, కాపు, వెలమ, రెడ్డి మొదలుగాగల వీరజాతివారలును, శాపోపహతులై నీచజాతులుగా మారిపోయి చౌర్య హింసాదులచే జీవించుచు పర్వతారణ్యముల నివసించుచుండిన ఆంధ్రాది నీచజాతుల సంతానమని చెప్పుచు వ్రాయబడిన చరిత్రలను అసలు మొదటిరకమైన ఆర్యజాతీయులుగా నుండిన ఆంధ్రదేశవాసులైన చాతుర్వర్ణ్యముల వారంగీకరింతురా? ఆంధ్రుల యుత్పత్తిని నిర్ణయించుటకు పరిశోధకులమని చెప్పెడి యే యొక రిద్దరు వ్యక్తులో చేరి పాశ్చాత్య చరిత్రల నాధారముగా గొని నిర్ణయింపవలసిన విషయము కాదు. ఇది పవిత్రమైన ఆంధ్రదేశములోని ఆర్యజాతి కంతకును సంబంధించిన విషయము. కాన యీవిషయమును నిర్ణయించుటకు ఆంధ్రుల నందరను నాహ్వానించి గొప్ప సభలుజరిపి అట్టి సభలలో పండితులు తమ అభిప్రాయములను నచ్చజెప్పి తీర్మానించవలసిన విషయము గాన ఆంధ్రులచరిత్రను వ్రాయదలచినవారు అట్టి నిర్ణయము జరుగువరకు వేచియుండవలయునని మా మనవి—

జాతులయుత్పత్తినిగురించి మనుస్మృతియందు

ద్విజులు తమ సవర్ణభార్యలయందు గలిగించిన పుత్రులు ఉపనయనాది సంస్కారములు లేనియెడల వ్రాత్యులనబడుదురు.

(మను ౧౦-౨౦)

శ్లో॥ వ్రాత్యాత్తు జాయతే విప్రా పాపాత్మా భూర్జకంటకః।
ఆవంత్య వాటధానౌచ పుష్పధశ్శైఖ ఏవచ॥ (మను ౧౦-౨౧)

తా॥ వ్రాత్యుడగు బ్రాహ్మణునివలన పాపాత్ముండగు భూర్జ కంటకుడు పుట్టుచున్నాడు—వానికి దేశదేశములనుబట్టి ఆవంత్యుడు వాటధానుడు, పుష్పధుడు, శైఖుడు నను నామములు—

శ్లో॥ ఝల్లోమల్లశ్చరాజన్యా ద్వ్రాత్యాన్నిచ్ఛివి రేవచ।
నటశ్చకరణశ్చైవ ఖసోద్రవిడ ఏవచ॥ (మను ౧౦-౨౨)

తా॥ వ్రాత్యుడగు క్షత్రియునివలన సవర్ణయందు బుట్టినవాడు ఝల్ల, మల్ల, నిచ్ఛివి 'నట, కరణ' ఖస, ద్రవిడులను నామములను దేశ భేదముచే బొందుదురు.

శ్లో॥ వైశ్యాత్తు జాయతే వ్రాత్యా త్సుధన్వాచార ఏవచ।
కారూశశ్చ విజన్మాచ మైత్ర స్సాత్వతఏవచ॥ (మను ౧౦-౨౩)

తా॥ వ్రాత్యుండగు వైశ్యునివలన సవర్ణ స్త్రీయందు బుట్టిన వాడు దేశభేదమున సుధన్వాచార్యుడు, కారూశుడు, విజన్ముడు, సాత్వతుడునను నామముల (దేశభేదముచే) బొందుదురు.

"అవంత్య" యనున దొక నీచజాతి. అవంతి దేశములోని వారందరు ఆవంత్యులు. నామసాదృశ్యముచే జూచిన ఆవంత్యులందరు చండాల జాతీయులలో నీచులని చెప్పవలసివచ్చును. అవంత్యుడను పేరు దేశమువలన వచ్చినదని మనువే చెప్పుచున్నాడు. అనగా అవంతి దేశములో కాపురమున్న వ్రాత్యబ్రాహ్మణ సంతానమైన పాపుడగు భూర్జకంటకయను జాతికి "అవంత్య" లను పేరు వచ్చినట్లు స్పష్టపడుచున్నది. అటులనే వ్రాత్యక్షత్రియునికి పుట్టినవాడు ఝల్లుడు. వీని జాతి 'ఝల్లజాతి' ఈజాతి యే దేశములో నివసించిన నా దేశనామ మాజాతికి కలిగినట్లు మనువు చెప్పుచున్నాడు. ఈ జాతివల్ల దేశమునకు పేరువచ్చి యుండలేదు. ఎందువలన ననగా దేశములోని ప్రజల నాక్రయించి గ్రామములకు బయట నివసించుచు వీరు జీవించిరేగాని, దేశములో ప్రఖ్యాతివహించి రాజ్యముచేసిగాని, లేక దేశమంతయు తమ జాతీయులచే నాక్రమింపజేసి గాని యుండినటుల ప్రమాణమేమియు లేదు. వీరు దరిద్రులై దొంగతనము, హింస మొదలైన పాపవృత్తు

లతో జీవించుచు ప్రజలవలన తరిమివేయబడి నాయా దేశములలో జేరి యచ్చటి ప్రజల నాశ్రయించి వారికి కృషి వాణిజ్యాదులందు సేవ జేయుచు వారి దయకు పాత్రులై యే దేశమందు జేరియుండిరో నా దేశపు నామమున వీరు పిలువబడిరని మనువు చెప్పుచున్నాడు. ఈ 'ఝల్ల' జాతియే "మల్ల" దేశములో (కొండప్రదేశములలో) మల్లుడనుచండాలు డనియు నిచ్ఛవి, నటదేశముల నట్టి చండాలురనియు, మరొక దేశమున "కరణ" చండాలుడనియు, ఖాస్సాదేశమున ఖసుడను చండాలజాతియనియు, ద్రవిడ దేశమున "ద్రవిడు"డనెడి చండాలజాతియనియు పేరు గలిగినదని మనువు స్పష్టముగా జెప్పుచున్నాడు. అట్లుగాక మన చరిత్రకారుల తర్కము ప్రకారము చూచిన ఆవంత్యులను చండాల జాతీయు లాక్రమించిన దేశమునకు అవంతిదేశమనియు ఆవంత్యులందరు విలోమ సంకరజాతీయులనియు, అటులనే ఖసదేశవాను లందరు ఖసులనబడు హీనజాతి సంతానమనియు ద్రవిడదేశములోని చాతుర్వర్ణ్యముల వారును ద్రవిడులను చండాల జాతీయుల వలన యుత్పన్నులైన వారనియు, అటులనే కారూశుడను హీనజాతీయుల సంతానమే కారూశదేశములోని చాతుర్వర్ణ్యములునిియు, (కారూశమనగా అస్సాము) చెప్పవలసి వచ్చును. అటులనే "ఆంధ్ర లేక ఆంధ్ర" పుండ్ర, శబర, పుళింద, మూతిబా, అను హీన జాతీయుల సంతానమే నాయా నామధేయములుగల దేశములందు నివసించుచుండిన చాతుర్వర్ణ్యముల వారలని చెప్పవలసి వచ్చును ఈ ప్రకారము చూచిన దాదాపు భారతదేశ మంతయు చండాలాది హీనజాతుల సంతానమని చెప్పవలసివచ్చును-- ఇది పౌరశాటభిప్రాయము. అవంత్య, ఖస, ద్రవిడ, మొదలైన నామములచే పిలువబడుచుండిన హీనజాతులు నాయా నామములుగల దేశములందు నివసించుచుండినందున నాయా దేశ నామములుగల ఛండాల జాతులను నామములు వారికి రూఢమైనట్లు లెంచవలయును. గాని నా దేశములో నివసించిన వారినందరిని నీచజాతి సంభవులుగా గాని, నీచజాతి సంపర్కముగలవారుగా గాని యెంచరాదు. సృష్టి ప్రారంభమున పుట్టినది ఆర్యజాతి. అది వృద్ధియగుచుండగా ఆర్య

సంఘమునందుగల అధర్మ సంతానము విడదీయబడి సంఘబాహ్యులుగా నొనర్పబడి తమ సంఘ పవిత్రతను ఆర్యులు సృష్ట్యాది లగాయతు నేటివరకు కాపాడుకొనుచుండిరి. అట్టి అధర్మ సంతాన మే దేశమున నివసించినదో నా దేశనామముచే వారిని పిలుచుచుండిరి—వా రార్యుల నాశ్రయించి వారికి సేవజేయుచు జీవించుచుండిరి. వారు ఆస్థులను సంపాదించుటకుగాని, ద్రవ్యమును కూడబెట్టుటకుగాని వీలులేకుండు నట్లు శాసింపబడినది.

శ్లో॥ "చైత్యద్రుమశ్మశానేషు శైలేషూ పవనేషుచ" ।
వసేయురేతే విజ్ఞానావర్తయంతః స్వకర్మభిః"

(మను ౧౦-౫౦)

తా॥ గ్రామ సమీపముననుండు చెట్లక్రింద, శ్మశానముల యందు, పర్వతములు, వనములు వీని సమీపమునందు వీరందరు ప్రసిద్ధులై (అనగా బాహ్యజాతులని అందరకు తెలియునట్లు) స్వకర్మ లచే జీవించుచుండవలయును—(బాహ్యజాతులలో యే జాతి యెట్టి వృత్తిచే జీవించవలయునో మనువు వివరించుచున్నాడు. మనుస్మృతి దశమాధ్యాయములో నా విషయ మామూలాగ్రముగా చెప్పబడినది. చూడుడు)

ధర్మబాహ్యులుగా నుండెడి జాతులవల్ల ఆర్యజాతిలోని చాతుర్వర్ణ్యములు సంకరముగాకుండునట్లు ధర్మశాస్త్రములు ధర్మమునువిధించినవి. రాజులు శాస్త్రములలోని ధర్మములను ప్రతి అక్షరము తప్పక ఆచరణలోపెట్టుచు పరిపాలన సాగించుచుండిరి. ప్రజలు ధర్మమార్గమున తాము జరించుటయేగాక ధర్మసాంకర్యము గలుగకుండునట్లు సంఘమును కాపాడుకొనుచుండిరి. ఆరోజులలో రాజ్యపరిపాలనయున వర్ణధర్మములను పరిపాలించుటయేగాని యితరము కాదు – వర్ణధర్మాచరణముద్వారా ధర్మార్థకామములను బొందుచు అవన్నియు మోక్ష సాధనమున కనుకూలించులాగున సాధనములుగా నుండునట్లు రాజు చాతుర్వర్ణ్యములు, సంకీర్ణులు మొదలగు ప్రజానీకమును శాసించుచుండెడివాడు. వర్ణసాంకర్యమును గలుగజేసెడి యెట్టికార్య మాచరింపబడినను సంఘము దానిని నిరసించెడిది. మతగురువులు అంతజేసి

అట్టివారిని కులమునుండి బహిష్కరించెడివారు. వారిని రాజు విచారించి శిక్షించెడివాడు. (ఈ విషయమును భారతము అరణ్యపర్వము "ధర్మవ్యాధోపాఖ్యానమున చూడుడు) అట్టికాలమున ధర్మబాహ్యులై అస్పృశ్యులగు చండాలాది బాహ్యజాతులగు ఆంధ్రాది నీచజాతివారలు దేశమంతయు నాక్రమించుట, తమలో నాలుగు కులముల నేర్పరచుకొనుట, కొందరు నీచజాతీయులుగానే నిలిచిపోవుట, బ్రాహ్మణులుగా నేర్పడినవారు వేదాధ్యయనాదులను జేయుట, నీచజాతిగా నుండినవారు నీచవృత్తులతోనే జీవించుచుండుట యెట్లు పొసగును? ఈ నీచజాతివారికి వేదాధ్యయనాదులను జేయించిన గురువులెవరు? గురువుచెప్పనిదే వేదాధ్యయనమున కవకాశమే లేదు గద! వేదోక్తమై, వైదికధర్మానుసారులైన శూద్రులకే వేదాధ్యయనము లేక యీ రోజువరకు యుండగా యీ బాహ్యజాతీయులకు వేదాధ్యయనము చేయించిరనిన యెవరంగీకరింతురు? దేశము, కాలము, వంశపరంపరాచారము, సాంప్రదాయము, సంఘువ్యవస్థ మొదలగు వాని నన్నిటిని విచారించిగదా జాతినిర్ణయము చేయువలసియుండును. ఇట్టిస్థితిలో మన సాంప్రదాయముల నెరుగకగాని, లేక తాము ఆర్యుల నుండి ధర్మబాహ్యులై దేశాంతరగతులైనందున తమతో సమానులైన ధర్మబాహ్యులుగానే భారతదేశములోని ఆర్యజాతీయులు గూడను ధర్మబాహ్యులైనట్లు ప్రకటించి తమకు సమానులుగా భారతీయులనుగూడను ప్రదర్శించు నుద్దేశ్యముతోగాని పాశ్చాత్యపండితులు వారికి తోచినటుల యూహించి, నా యూహాలనే ఖాయపరచి గ్రంథములను వ్రాసియుండిరి. అట్టి వ్రాతలలో విశ్వామిత్రుని శాపహతులై ఆంధ్రాదిజాతులుగా మారిపోయిన విశ్వామిత్రసంతానమే ఆంధ్ర పుండ్ర, పుళింద మొదలయిన దేశవాసులని వ్రాయ సాహసించిరి. తమకేమియు గ్రంథములు లేనట్లును, తమకు స్వతంత్ర యూహాలు లేనట్లును, పాశ్చాత్యపండితుల యడుగుజాడలుతప్ప వేరుగత్యంతరము లేదని నమ్మియుండిన మన హైందవ హూణవిద్యాధికులు యీ పాశ్చాత్యుల వ్రాతలనే నాధారముచేసికొని వానినే తర్జుమాచేసి తమ దేశభాషలలోని కెక్కించి మన విశాలాంధ్రదేశములో నుండిన

చాతుర్వర్ణ్యములవారును, చండాలాది వర్గములుగా యేర్పడియున్న అంధ్రులనబడు బాహ్యజాతివారి సంతానమని వ్రాయుచున్నారు. ఇది శోచనీయ విషయము. ఐతరేయబ్రాహ్మణములో యొక నీచ చండాలజాతి "అంధ్ర" నామమున పేర్కొన బడినది. మనుస్మృతిలో చండాలునకు విలోమజాతి స్త్రీయందు జనించిన చండాల జాతికంటె అధమ జాతులైన మేద, అంధ్ర, చుంచు, మద్గు మొదలైన బాహ్యజాతులలో "అంధ్ర" జాతియొకటి చెప్ప బడినది. ఇవి రెండును వేరువేరు జాతులుకావు. ఈ రెండు నొక్కటే జాతి. "అంధ్ర, అంధ్ర" రెండు నేకార్థమున ప్రయోగింపబడినవి. సృష్ట్యాదినుండియు, అంతకుపూర్వ కల్పములలోను, అటులనే అనాది నుండియు చాతుర్వర్ణ్యములు, అనులోమ, విలోమజాతులు అన్నియు నుండియున్నవి. అట్టి అంధ్రాది జాతులుగా విశ్వామిత్రుని శాపహతు లైన నాతని సంతానము మారిపోయి, విద్యా విహీనులయి పర్వతా రణ్యముల నాశ్రయించి చౌర్య హింసాదులచే జీవించుచుండినటుల ఐతరేయ బ్రాహ్మణము చెప్పుచున్నది. దాని నావిధముగా విద్యా రణ్యులు తనకు పూర్వముండిన యాస్కాది భాష్యముల ననుసరించి శాపహతులయిన విశ్వామిత్ర సంతానము చోరులై దస్యులుగా మారి పోయిరని వ్రాసియున్నారు. అనాదినుండియునుండి, ప్రతిసృష్టిలోను వచ్చుచుండిన జాతులన్నిటియొక్క యుత్పత్తిని అనులోమ, విలోమ ములచే కలిగిన సంకీర్ణ జాతుల యుత్పత్తిని మనువు వివరించి యున్నాడు. అట్టి విలోమ సంకీర్ణ జాతులలో అత్యంత పాప జాతులలో చేరిన "అంధ్ర" జాతి యొకటి గలదు. "చాతుర్వర్ణ్య ములతో గూడిన ఆర్యజాతిరాజనామమున "ఆంధ్ర"యను నామమును పొందియున్న దొకటిగలదు. ఇవి రెండు భిన్నజాతులు.

చాతుర్వర్ణ్యములతో గూడి, వైదిక ధర్మమార్గాను సారులై, పవిత్రజాతియైన ఆర్యజాతి వారు నివసించిన దేశమును, వారి నొక కాలమున పరిపాలించిన రాజగు "ఆంధ్రనృపతి" నామమున ఆంధ్ర దేశమనియు అంతకుముం దనేకకోట్ల సంవత్సరముల నుండియు, నా ప్రదే శమున నివసించుచుండిన చాతుర్వర్ణ్య "ఆర్యులు" ఆంధ్రులనియు పిలు

వబడినట్లు పురాణము చెప్పుచున్నది. ఇట్లు పరస్పర విరుద్ధధర్మములు గల్గి రెండువిధములయిన యుత్పత్తి కథనములను గలిగియుండి ఏక నామముతో పిలువబడిన జాతులు రెండును భిన్నములుగాని ఏకము కాదు—వానినేకముగా నెంచు టత్యంత ప్రమాదము నామసాదృశ్యముచే జాతినిర్ణయము చేయుట యోగ్యముగా నుండదు.

శాపహతులైన విశ్వామిత్రుని సంతానమే ఆంధ్రదేశములోని ఆంధ్రులని చెప్పునెడల విశ్వామిత్రుని గోత్రీకులుగాక ఆంధ్రదేశములో మూడువందల ఆర్షేయగోత్రములుగల బ్రాహ్మణులును, క్షత్రీయులును, సుమారు రెండువందల గోత్రములుగల వైశ్యులును, అనేక గోత్రములతో గూడిన శూద్రులును నివసించుచున్నారు వీరందరెవరు? ఎచ్చట నుండి వచ్చిరి? వీరు విశ్వామిత్రుని సంతానము కాదని వేరుగ జెప్పనక్కరలేదుగద! భారద్వాజస, కౌండిన్యస, హారితస, ఆత్రేయస, కాశ్యపస యిత్యాది ఋషిగోత్రీకులు అనగా ఋషివంశీకులు విశ్వామిత్రుని వంశీకులకంటె భిన్నులుగదా! ఇదిగాక విశ్వామిత్రుని కుమాళ్ళలో మొదటి యేబదిమంది ఛండాలాది నీచజాతులుగా మారిపోయిరి. మిగత యేబదిమందియు శునశ్శేపుని జ్యేష్ఠునిగా నంగీకరించినందున విశ్వామిత్రునిచే సంతానముతోను, ఐశ్వర్యముతోను గూడి బ్రాహ్మణులుగా వృద్ధిబొందునట్లు ఆశీర్వదింపబడి వృద్ధిబొందిరి. వారు శునశ్శేపులనియు, దేవరాతులనియు పిలువబడిరి. శునశ్శేపుడు "దేవరాతుడు" నుపేరున విశ్వామిత్రగోత్రములో ప్రవరుడయ్యెను. విశ్వామిత్ర గోత్రములో దేవరాతుని ప్రవరగలవారిప్పటికిని అనేక కుటుంబములుండి యున్నవి. విశ్వామిత్రుడు కోపించి శాపానుగ్రహముల నిచ్చినక్షణము నుండియు అతని కుమాళ్ళలో యొకభాగము బాహ్యజాతులుగాను వేఱొకభాగము స్వచ్ఛమైన బ్రాహ్మణులుగాను రెండుముఠాలుగా విడిపోయిరి. వీరివంశము లీనాటికిని శునశ్శేపుని ప్రవరుడుగా చెప్పుకొనుచు ఆంధ్రదేశమున నివసించుచుండిరి. వీరిని గురించిగాని యితర గోత్రీకులను గురించిగాని పాశ్చాత్యవిద్వాంసులుగాని వారి యనుయాయులైన హైందవ పురాణవిద్యాధికులుగాని విచారించినవారు కారైరి. వారికి కావలసినది ఆంధ్రదేశములోని జనాభాయంతయు

సంకరజాతియని చెప్పుటతో తీరిపోయినది. విశ్వామిత్రుడు కుమాళ్ళను ఛండాలురుకమ్మని శపించుట, వారు ఆంధ్రాది నీచజాతులుగా మారి పోవుట, భారతవర్షమందాంధ్రదేశమను పేరున యొక ప్రదేశముండుట, యీ పండితుల కోర్కెలీడేర్చుకొనుటకు సరిపోయినవి వీరి యుద్దేశ్యము హైందవులందరు సంకరజాతీయులని చెప్పుటయేగాని న్యాయమైన హిందూదేశ చరిత్ర వ్రాయవలయుననికాదు. హిందూదేశ చరిత్ర వ్రాయుటలో వారు స్థిరపరచ నిశ్చయించుకున్న చతుస్సూత్రములు.

1. హిందూవుల నాగరికత చరిత్ర మూడువేల సంవత్సముల లోపు కాలముగలది.

2. హిందువుల నాగరికత, విద్యలు మొదలుగాగలవి గ్రీసు; మెసపొటేమియాలనుండి రాబడినవి.

3. వేద శాస్త్రవాఙ్మయము క్రీ॥ పూ॥ 1200 సం॥నుండి యిటీవలి కాలమున వ్రాయబడినవి.

4. హిందువులందరు మ్లేచ్ఛజాతులతో కలిసి సంకరులైయుండిరి గాని స్వచ్ఛమైన ఆర్యజాతికాదు.

వీటిని స్థిరపరచుటకు వీరి యూహాలతోను, కల్పనలతోనుకూడిన గ్రంథములు చరిత్రలను వేరున పెరిగినవి. ఈ చరిత్రలు సంపూర్తిగా విసర్జింపతగినవి. ఇందునుగురించి "మాక్సుమూలరు" (Max-Muller) మహాశయుడిట్లు తన "Six systems of Indian Philosophy" అనెడి గ్రంథము (1903 సం॥రము ముద్రణమున) 8, 9 పుటలలో నిట్లు వ్రాసియున్నాడు.

"This term "Caste" has proved most mischievous and misleading, and the less we avail ourselves of it the better we shall be able to understand the true state of society in the ancient times of India. Caste is of course, a portuguese word, and was applied from about the middle of the sixteenth century by rough portuguese sailors to certain divisions of Indian society which had struck their fancy.

It had before been used in the sense of breed or stock, originally in the sense of a pure or unmixed breed. In 1613 Purchas speaks of the thirty and odd several castes of the Banians (Vanigs).

To ask what caste means in India would be like asking what caste means in England, or what fetish (Feitico) means in portugal. What we really want to know in what was implied by such Indian words as varna (colour) Gati (kith), to say nothing of Sapindatva or Samanodakatva, Kula (family) Gotra (race) pravara (lineage); otherwise we shall have once more the same confusion about the social organisation of ancient India as about African fetishism or North American totemism. Each foreign word should always be kept to its own native meaning or, if generalised for scientific purposes it should be most carefuely defined afresh. Otherwise every social distinction will be called "caste" every stick a "totem" every idol a "fetish"."

తా॥ "వర్గము" (Caste) అను యీ పదము చెరుపు**చేయు**నదిన్ని భ్రమింపజేసి మోసపుచ్చునదిన్ని అయియున్నది – దానినెంత తక్కువగా మనముపయోగించిన (అనగా దానినుపయోగింపక మానిన అం భావము) అంత మంచిగా ప్రాచీన కాలమున భారతవర్షములోని సాంఘిక వ్యవస్థను ఉన్నదున్నట్లుగా మనము తెలుసుకొనగలము. "క్యాస్టు" లేక "వర్గము" అనునది పోర్చుగీసు పదము పదహారవ శతాబ్దమధ్యమునుండి విద్యావిహీనులగు పోర్చుగీసు నావికులవలన వారికి విచిత్రముగా నగుపడిన హైందవ సంఘములోని విభాగముము ను "క్యాస్టు" (caste)అనగా "వర్గము" అని పిలచుచుండిరి.

ఎట్టి సాంకర్యము లేని పవిత్రమైన జాతి లేక వంశము అనెడి యర్థమున ప్రథమమున వాడబడినది. 1613 సం॥రములో "పర్చాసు" అనెడి పోర్చుగీసు వర్తకుడు "బనియా"లలో (అనగా వణిక్కులు)

ఇండియాలో క్యాస్టు అనగా వర్గము అనున దేమియని యడుగుట యెట్టిదన ఇంగ్లాండులో క్యాస్టు (caste) అనున దేమియని యడిగినట్లును లేక పోర్చుగల్లులో "ఫెటిష్"అనున దేదియని అడిగినట్లుండును. మనము నిజముగా తెలుసుకొన గోరునదేమన ఇండియాలో "వర్ణము" (లేక రంగు) గతి (సంసర్గము) అనగా "సపిండత్వము" లేక "సమానోదకత్వము" కులము (అనగా కుటుంబము) గోత్రము (జాతి లేక పుట్టుక) ప్రవర (వంశపరంపర) అని అర్థము. అట్లు అర్థముచేయని యెడల ఆఫ్రికాలోని "ఫెటిషిజం" ఉత్తరఅమెరికాలోని "టోటిమిజం" లను గురించి మనము పొరపాటభిప్రాయములను పొందినట్లు ప్రాచీన భారతవర్షములోని సాంఘిక వ్యవస్థను తెలుసుకొనుటలో గందరగోళము పడి పొరబాటభిప్రాయములను బొందవలసి వచ్చును. ప్రతి అన్యభాషాశబ్దముకు అది వ్యుత్పత్తిని బొందిన భాషలోని అర్థమునే మనము తప్పక తీసుకొనవలయును లేక, శాస్త్రప్రయోగముల నిమిత్తము సమిష్టిమీద యుపయోగించవలసిన యెడల బహుజాగ్రత్తగా దాని అర్థమును తిరిగి నిర్వచింపవలసి యుండును. లేనియెడల ప్రతి సాంఘిక అంతరము "క్యాస్టు" లేక "వర్గము"అనియు, ప్రతికోయ్యయు "టోటెం"అనియు ప్రతివిగ్రహము "ఫెటిష్" అనియు పిలువబడవలసి వచ్చును– (టోటెం" "ఫెటిష్" అనునవి ఆఫ్రికా, అమెరికాలోని దేవతావిగ్రహములు) అని మాక్సుమూలరు మహాశయుడు ఇండియాలోని సాంఘిక వ్యవస్థను "క్యాస్టు"అని పిలువగూడదనియు అది"వర్ణ" అనుపదముకుగల అర్థము నీయజాలదనియు అనేక పొరబాటభిప్రాయముల నొసంగ గలదనియు స్పష్టపరచి యున్నాడు.

ఆంధ్రదేశములోని ఆంధ్రులు స్వచ్ఛమై, చాతుర్వర్ణ్యములతో గూడి సృష్ట్యాదినుండియు సాంప్రదాయ సిద్ధముగా వచ్చుచుండిన "ఆర్య" జాతీయులుగాని అన్యులుగారు. బ్రిటిషువారు పరిపాలించిన దేశమును బ్రిటిషు ఇండియా యనియు, అందలి ప్రజలను బ్రిటిషు ఇండియనులనియు పిలచినట్లు "ఆంధ్రనృపతి" రాజ్యముచేసిన భాగమును ఆంధ్రదేశమనియు, ప్రజలాంధ్రులనియు పిలువబడిరి. ఆంధ్రదేశములోని ప్రజలంగీకరించిన బ్రిటిషు ఇండియాయను పేరును తొలగించి

నటుల ఆంధ్రదేశము, ఆంధ్రులు అను పేర్లను తొలగించి దేశమునకు "తెలుగునాడు" అనియు ప్రజలకు తెలుగుజాతివారనియు పిలుచుకొన వచ్చును. లేక బహుజనాభిప్రాయము ననుసరించి వేరునామముంచు కొనవచ్చును.

తెలుగువారికి మూలపురుషులు బ్రహ్మావర్తములో సృష్ట్యాది నుండియు నుండియున్న స్వచ్ఛమైన ఆర్యజాతీయులైయున్నారు. గనుక ఆంధ్రదేశంలోని ఆంధ్రులు స్వచ్ఛమైన చాతుర్వర్ణ్యములతో గూడిన ఆర్యులేగాని అన్యులు గారు. ప్రస్తుత కాలమున జాతులన్నిటిని యేకము చేయవలెననెడి యుత్సాహమున భారతదేశ ప్రభుత్వము ప్రయత్నించుచుండిన యీ కాలమున యిట్టి విషయములతో ప్రయోజన మేమియని కొందరకు సందేహము కలుగవచ్చును. కాని పైన వ్రాయబడిన ఆంధ్రుల యుత్పత్తికి సంబంధించిన చారిత్రక విషయమును తెలియకనో లేక తెలిసియు బుద్ధిపూర్వకముగ మఱుగుపరచియో పాశ్చాత్య పండితులు తప్పు చరిత్ర వ్రాసి "ఆంధ్రార్యులను" "ఆంధ్ర దస్యులు" గా ప్రదర్శించిరి. చారిత్రక పరిశోధనలు జరిపి సత్య చరిత్ర తెలిసికొని ప్రకటించుట ధర్మముగాని విషయములను తారుమారు చేసి చరిత్రలను పేరున వ్రాసి ప్రకటించుట ధర్మము కాదు. అట్టి తప్పుడు చరిత్రలు చదివినందువలననే మనవారికి జాతి సాంకర్యము కలుగజేసి యేక కులము జేయు తలంపు కలిగినది. భారతదేశమం దిప్పుడు ప్రభుత్వమువారు తలపెట్టిన జాతి సాంకర్యము సిద్ధించినను కులభేదములు నశించుట దుర్లభమని అనేకమంది పెద్దల యభిప్రాయము. వర్ణ సాంకర్యమున అందరును కలిసి భుజింపవచ్చును. కొన్నికొన్నిచోట్ల సాంకర్య వివాహములు జరుగవచ్చును. కాని భేద బుద్ధి నశించుట దుర్లభము. క్రైస్తవ మతమున చేరినవారందరును సమానవర్ణమే యైనను బ్రాహ్మణ క్రైస్తవుడు, శూద్ర క్రైస్తవుడు, మాల క్రైస్తవుడు, మాదిగ క్రైస్తవుడు, పాకీ క్రైస్తవుడని వారిలో వారు భేదబుద్ధి గలిగియే ప్రవర్తించుచుండుట క్రైస్తవుల స్నేహము గలవారికి కొంత విశదమై యుండవచ్చును. అట్టి భేదము లేకుండ సమిష్టి బుద్ధితో ఏకవర్ణముగా ప్రజ లేర్పడిన మంచిదే. కాని ఏక

త్వము ప్రకృతి ధర్మము కాదు. ప్రకృతి యెప్పుడును భిన్నత్వము
గలదియై యున్నది. భేదములోనే అభివృద్ధి యున్నది. ఏకత్వము లయ
కాలమున సిద్ధమగునుగాని వ్యావహారిక కాలమందుండుటకు వీలులేదు-
సృష్టికి పూర్వమందు పరమాత్మ అనిగాని లేక "ప్రకృతి" అను
పేరున గాని యేదియో యొక పేరున పిలువబడదగిన దొకటి యున్నది.
అందుండి బహుత్వము, లేక అనేకత్వము లేక నానాత్వము గల
యీ సృష్టి యంతయు యేర్పడినది. తిరిగి కొంతకాలమున కెప్పుడో
యిది నశించును. "నశించుట" అనగా నానాత్వము పోయి యేకత్వ
మును పొందుటయే యైయున్నది. లయ కాలమున ఏకముగా నేర్ప
డును. అదియే సృష్టికాలమున భిన్నభిన్నముగా తోచి అనేకముగా
నగును. అభివృద్ధియనగా అనేకముగా నగుటగాని ఏకమగుట కాదు.
ఇప్పుడు మనము అభివృద్ధిని పొందవలయునని కోరుచున్నాము. అభి
వృద్ధిని గోరువాడు నానాత్వములో ఏకత్వమును చూడనేర్వవలయును
గాని నానాత్వమును బోగొట్టి ఏకము చేయ జూడరాదు.
ఏకము చేయుటనగా నశింపు జేయుట యని యర్థము. భారత
మున వృత్తుల ననుసరించి కులము లేర్పడినట్లు చెప్పెడి
వాదమునే క్షణమాత్రమంగీకరింతము. ఒకవృత్తిని జేయువాడు
అట్టి వృత్తిని జేసెడి యింకొకనియొక్క కుటుంబమునుండి పిల్లను
దెచ్చి వివాహమాడిన వృత్తి సంస్కారములు వంశపరంపరావచ్చు
నవై యున్నందున అట్టి సమానవృత్తి సంస్కారములుగల దంపతుల
సంతానమునకు వృత్తియందు స్వాభావిక ప్రావీణ్యత యేర్పడును.
ఇది శాస్త్రజ్ఞులందరంగీకరించిన విషయమై యున్నది. ఆ ప్రకారం
అనేకకోట్ల సంవత్సరములనుండి భారతదేశమున కులము లేర్పడి వంశ
పరంపరా రాబడిన కులానుగతమైన వృత్తుల యందారితేరిన ప్రవీణు
లుదయించుచున్నారు. వేదశాస్త్రాది విద్యల నభ్యసించుచుండిన కొన్ని
కుటుంబములు వేఱుబడి వారిలో వారే వివాహము లొనర్చుకొనుచు
యెట్టి యితరవృత్తి సంస్కారము గలవారితో సంపర్కములేక ప్రత్యే
కింపబడియున్నందున గొప్ప విద్యాప్రవీణులనగా పండితులుదయించి
సకల విద్యలయందును వంశపరంపరారాబడిన విద్యాసంస్కారములతో

గూడినవారై ప్రపంచమున గల పండితులందరాశ్చర్యచకితులగునటుల శాస్త్రవిద్యలను లోకమున వెలయింపజేయగలిగిరి. నాలుగు వేదములను, ఆరుశాస్త్రములను, ఇతిహాసపురాణాదులను కంఠతాచేసి తిరిగి వప్పగించగల గొప్ప మేధావులుదయించిరి. వ్యాకరణము, తర్కము, జ్యోతిషము, మీమాంసాదులగు సమస్త విద్యలలోను వారి మేధాసంపత్తిని ప్రదర్శించి భారతీయులు సర్వశాస్త్రములలోను ప్రవీణులనెడి లోకప్రఖ్యాతిని గడించి మాతృదేశమును జ్ఞానభూమిగ నొనర్ప గలిగిరి. అదే ప్రకారము, శిల్పములు, కళలు మొదలుగాగల సకల విద్యలలోను కులవృత్తి విభాగమువలన యేర్పడిన ప్రత్యేకసంఘము వారిలో వంశపరంపరా రాబడిన వృత్తి ప్రావీణ్యులుదయించిరి. వారి ప్రావీణ్యత మనదేశమునగల అజాంటా, ఎల్లోరా మొదలు గాగల శిల్పాదుల ద్వారా లోకులనందర నాకర్షించగలిగి విదేశీయుల నాశ్చర్యచకితులను జేయుగలుగుచున్నది. వస్త్రములనేయు శాఖయొక వర్గముగా విడదీయబడి యితరకులసాంకర్య,వృత్తి సాంకర్యములు లేక యుండగా లోకమునంతను ఆశ్చర్యమున ముంచగల వస్త్రములను తయారుచేసి చూపగలిగిరి. ఈ ప్రకారము సృష్ట్యాదినుండియు రాబడిన కులము, వృత్తి ననుసరించి యేర్పడిన మానవసంఘములవలన వృత్తులయందెచ్చు ప్రావీణ్యత ప్రదర్శింపబడినది. వారినందరనిప్పుడేకము చేయుటవలన విషమ సంస్కారములు గల సంతానముగలిగి వృత్తిసాంకర్యమేర్పడి వారియందు పరంపరా యుదయింపగల స్వవృత్తి ప్రావీణ్యత నశింపగలదు. గనుక మానవ సమానత్వమను పేరున సంఘములనన్నిటినేకముచేయుటలో దూరదృష్టి యేమాత్రము లేదను టస్పష్టము. సృష్ట్యాదినుండియు వచ్చుచుండిన వంశపారంపర్యత నశించినను నశింపనిమ్మని యొప్పుకొనినను వారుద్దేశించిన ఏకత్వమేర్పడుట కల్ల. మానవ స్వభావములలో నేకత్వమెప్పుడు నుండదు. అది ప్రకృతివిరుద్ధము. భిన్నబుద్ధులవలన యేర్పడిన అన్వయ, వ్యతిరేక, భావములతో గూడిన చర్చయే శాస్త్రములుగా యేర్పడుచున్నది. ఒకడు తెలివిగా విచారణ చేయును. ఒకడు పరాక్రమవంతుడుగా నుండి యితరులమీద బాహుబలము జూపి జయింపగలడు. ఒకడు వర్తకము, వ్యవసాయాదివృత్తుల

నారి తేరగలిగియుండును. వేరొక డెట్టికార్యమునైనను చూపినంత మాత్రమున తిరిగి జేసి జూపగలడు. ఇట్టి స్వభావములకు తోడు వాని సంఘ ప్రత్యేకతను కాపాడిన వంశపరంపరా అన్నివిషయములలోను ప్రవీణులుదయించి మానవకోటి కుపకరింపగలరు. అందరియందును మానవత్వము గలదని సమదృష్టి గలిగియుండుటే నీతిగాని యొకరితో నొకరు శారీరకముగా రక్తసంబంధముల కలిపి సాంకర్యమొనర్చుట నీతికానేరదు. అయినను కలిపురుషుని రాజ్యమైన యీ దుష్కాలమున మా మొర లాలకించువాగుండరని మాకు తెలుసును. స్వాభావికధర్మము తెలిసినంతవరకు వెల్లడించుట విధియని పై ప్రసంగమును వినిపించితిమి. ప్రజలకు క్షేమము, అభివృద్ధి కలుగజేయవలయునను సంకల్పముతోనే, కార్యమునందు ప్రవర్తించునట్లు జేసి బుద్ధిపూర్వకముగా తమకుతామే నాశనమును తెచ్చుకొనునటుల జేయుటయే కలిపురుషుని రాజనీతి. అదే ప్రకారమిప్పుడు నాగరికత, అభివృద్ధి, సభ్యతయను పేరున ముందురాగల స్థితికి పునాదులు వేయుబడుచున్నవి.

"జనవాక్యంతు కర్తవ్యం" అనునార్యోక్తి ననుసరించి మంచియో చెడుగో, వృద్ధియో, క్షయమో యేదియెటుల పరిణమించినను ప్రజా బాహుళ్యమునకు సమ్మతమగు మార్గము ననుసరించుటయే ప్రస్తుతమను సరణీయము. కుల, మత, వర్గభేదములు లేనిసంఘముగా తయారు చేయవలయునని దేశనాయకులు ప్రయత్నించుచుండిన యీ కాలమున మాచే పైన వ్రాయబడిన ఆంధ్రార్యుల యుత్పత్తి చరిత్ర వారికి వ్యతిరేకమని భావింపకుడు. ఇది ఈకాలమున కులములుండవలయునని గాని దేశనాయకులచే చేయబడు ప్రయత్నములను భంగపరచు నుద్దేశ్యముతో గాని వ్రాయబడినది కాదు. ఇది చారిత్రక విషయము. పాశ్చాత్య విద్వాంసులు తప్పుడు చరిత్రను వ్రాసి మనకు చిన్నతనము నుండియు నేర్పిరి. తమ శాస్త్రములను పరిశోధింప కుండుటవలన వారి మాటలనే మనవారలును యనుసరించి చరిత్రలను వ్రాయుచుండిరి. ఆంధ్రులచరిత్రయని యింతవరకు వ్రాయబడిన చరిత్రలన్నిటియందును 'ఆంధ్రులు" అనగా తెలుగువారు విశ్వామిత్రునిచే శపింపబడిన అతని సంతానమని ఐతరేయ బ్రాహ్మణములోని కథనే చెప్పుచుండితి

చరిత్రలు, వ్యాసములు, ఉపన్యాసములు మొదలైనవాటన్నిటియందును తాము చండాలుల సంతానమని చెప్పుకొనుచుండిరి. ఛండాలులు వేదధర్మ బాహ్యులుగా మన అనుభవములో చూచుచుంటిమి. ఆంధ్రార్యులలో చాతుర్వర్ణ్యములవారును వేదధర్మమనుష్ఠించుచుండు వారుగా నేటివరకును గనుచుంటిమి. ఇట్టి స్థితిలో మనసాంప్రదాయ మెరుగని పాశ్చాత్యపండితులచే వ్రాయబడిన వ్రాతలు నిజమైయుండునా లేక వారి బుద్ధి వైపరీత్యమున యేర్పడిన యొకగొప్ప అనృతమై యుండునా యని మనవారల బుద్ధికి నేటికిని దోచకుండెను. చారిత్రక విషయమున్నదున్నట్లుగా తెలిసికొనుట న్యాయముగాని లేని అబద్ధములను కల్పించి దానినెక్కడనో మనశాస్త్రములలోని యొకమాటకు కలిపి సమన్వయించుటకనేక వూహలనుచేర్చి చరిత్రలు వ్రాయుట వలన ప్రయోజనములేదు. అది చరిత్ర కానేరదు. చరిత్రలలో మన వూహలకు స్థానముండరాదు పూర్వచరిత్ర గ్రంథమాధారమున్నంత వరకే తీసుకొని చరిత్ర వ్రాయబడవలయును. పూర్వచరిత్ర తెలియని నాడు యెంతవరకు పూర్వచరిత్రలవలన తెలియునో అంతవరకే వ్రాయబడి మిగతా విషయములు తెలియగల ఆధారములు లేవని స్పష్టీకరింపబడవలయును. అట్లు గాక విజాతీయులైన వారు మన దేశమునకు వచ్చి మనగ్రంథములను పరిశీలించి వారిజాతి సంస్కారములు, ఆచారములు, భావములతో వారికి తోచినటుల సమన్వయముచేసి మన సాంప్రదాయమునకు, ఆచారములకు విరుద్ధముగా వారి యూహాపోహలను చేర్చి మనచరిత్రలను వ్రాయగా అవన్నియు నిజమైన మన చరిత్రలుగా భ్రమించి వాని ననుసరించుటవలన మన అజ్ఞానము లోకమునకు వెల్లడియై లోకులముందు పరిహాసాస్పదుల మగుచుంటిమి. లోకములో యే జాతివాడైనను మేము "హీనులము," "సంకరులము" "దార్లుకొట్టి జీవించెడి హంతకుల సంతానము" అని చెప్పుకొనునా? సంకరుడైనను తాను సంకరుడనని యంగీకరించునా? సంకరులైనను యీ ఐరోపీయులు తాము స్వచ్ఛమైన ఆర్యజాతిగా ప్రదర్శించ నుత్సహించుచుండిరి. భారతీయుని పంక్తిని భుజించుట కంగీకరించుటలేదు. ఇంగ్లాండులోని వూటకూళ్ల కొంపలలో భారతీయులు భుజించుట కవ

కాళమింతవరకును గానరాదు. దక్షిణాఫ్రికాలోని శ్వేతజాతి సంకరులు స్వచ్ఛమైన భారతీయాగ్యుని తమ పూరుమధ్య కాపుర ముండనిచ్చుట లేదు. ఆస్ట్రేలియా ఖండములో నొక మూల నాక్రమించి కాపుర ముండిన ఐరోపానుండి రాబడిన శ్వేత సంకరులా ఖండమంతయు తమ శ్వేతముఖులకే గాని ఆసియావాసు లెవ్వరును నివసింప వీలులేదని చాటుచుండిరి ఇట్లే అమెరికా, కెనడా మొదలుగా నెచ్చటెచ్చట శ్వేతముఖులుండిరో అచ్చటచ్చటంతయు ఆసియావాసులైన జాతుల వారికి స్థానమిచ్చుటలేదు. రంగు జాతులతో కలిసిన వారి జాతి తిరిగి యింకొక విధముగా సంకరమగునని వారు భయపడుచుండిరి. ఇదివరలో సంకరుల మైతిమని వారంగీకరించి వ్రాసుకొనిన వాక్యములీ గ్రంథములో నీయబడి యున్నవి. ఈ యిరువదవ శతాబ్దములో, ప్రపంచమంతయు సంకరమై యేకముగా నుండవలయుననెడి యీ కలికాలము ననే సంకరమనిన సఖము ప్రపంచము భయపడుచుండగా సృష్ట్యాది నుండియు చాతుర్వర్ణ్యములుగా యుత్పత్తిని బొంది (లేక యిప్పటి మన ఆధునిక భావము ననుసరించి విభాగమును పొంది) అందప్పటప్పటికి రాబడిన అనులోమ, విలోమ సాంకర్యముల నెప్పటి కప్పుడు ప్రజలును, ప్రభుత్వమును పైరులో కలుపును తొలగించినటుల యేర్పరచి వేరుచేయుచు చాతుర్వర్ణ్యములను పవిత్రముగా కాపాడుకొనుచు, స్మృతులు, ఆచారములు ధర్మములు, వంశపరంపర మొదలగు వాని ద్వారా వర్ణ పవిత్రతను కాపాడుకొనుట కెన్నియో యేర్పుదలలను చేసికొనిన ఆర్యులు సంకీర్ణవర్ణములను తమతో కలియనిత్తురా ? వర్ణములు సంకరము కాకుండునటుల కాపాడుటయే ముఖ్యమైన ప్రథమ ధర్మముగా రాజులు శాసించుచుండిరి. విలోమాది బాహ్య జాతులు చాతుర్వర్ణ్యములవారితో కలియకుండునటుల వారిని యొక హద్దులో నుంచుటకు తగిన ధర్మములను రాజశాసనముల ద్వారా యేర్పరచి వారిని పరిపాలించుచుండిరి. అట్టి అతి పురాతన కాలమున బాహ్య జాతీయులు రాజ్యములను సంపాదించి చాతుర్వర్ణ్యములుగా నేర్పడి వేదాధ్యయనాదులు చేయుటయా ? ఈ కథ నే పిచ్చివాడైనను నమ్మునా ? అమాయకులగు మన హైందవ హూణ విద్యాధిక సోద

రులు నమ్మి ప్రవర్తించుట శోచనీయము. ఇప్పటికైనను మన ప్రాచీన గ్రంథములను, పూర్వ చరిత్రలను పరిశోధించుకొనుట యవసరము. ఇట్టి పరిశోధనాశక్తి యలవడవలెననియు, యిప్పుడు ప్రభుత్వమువారు వ్రాయించబోవు భారతదేశ చరిత్రలో ఆంధ్రార్యుల సత్య చరిత్ర వ్రాయబడవలెననియు, దీనిని బయలుపరచుచుంటిమి. అందుకు తగిన ప్రయత్నము ఆంధ్రదేశ ప్రజలు, నాయకులు మొదలైనవా రందరు చేయవలసి యున్నది. లోగడ పాశ్చాత్యులచే వ్రాయబడి మనవారలచే విశ్వసింపబడిన తప్పుడు చరిత్రలు విసర్జింపబడవలెను. తిరిగి న్యాయమైన, సత్యమైన, పూర్వ చరిత్ర ఆధారముగాగల ఆంధ్రుల చరిత్రలు వ్రాయ నుద్యమించునటుల, ప్రబోధించెడి సందర్భమున కుల, వర్గ విచక్షణతో గూడినను సత్యముగా జరిగియుండిన పూర్వ గాథ చెప్పవలసి వచ్చినది. ఆంధ్రుల యుత్పత్తిని గురించి తప్పుడు కథలు చరిత్రలనుపేరున చెప్పబడుచున్నంతవరకు సత్యమును లోకమునకు వెల్లడిచేయుటకుగాను పూర్వచరిత్ర యున్నదున్నట్లు సప్రమాణముగా జూపి వ్యతిరేకుల దుష్ప్రచారము నరికట్టుటవసరమైనందున యిట్టి చారిత్రిక పరిశోధనయందు నిమగ్నులము కావలసివచ్చినది. ఆంధ్రదేశములోని ప్రజలందరు యీ విషయమున సత్యాసత్యములను తెలిసికొనుటకు తగు ప్రయత్నము లొనరించుదురుగాక! ఇది తమ జాతియొక్క యుత్పత్తిని లోకమునకు వెల్లడిచేయుచుండిన విషయము ప్రాచీనగ్రంథముల పరిశోధించి అందు స్పష్టమైన వాక్యములతో "ఆంధ్రజాతి" యను పేరుకలుగుటకు కారణము సూటిగా చెప్పబడిన వాక్యములను మేమిా "ఆంధ్రు లెవరు" అనెడి ప్రకరణమున చూపియుంటిమి. ఇందు వూహలకుగాని, కల్పనలకుగాని, అనృతములకుగాని తావులేదు. పూర్వచరిత్రను ప్రమాణముగా చూపి ఋజువు పరచియుంటిమి. ఇదివరకు వ్రాయబడిన అనృతములతో గూడిన సంకర చరిత్రలలో విశ్వామిత్రుడు కుమాళ్లను శపించుట, వారు అంధ్రాది నీచ జాతులుగా మారిపోయి దొంగతనములు చేసియు, దార్లుకొట్టియు జీవించెడి అంధ్రాది బాహ్యజాతులుగా నైరనిమాత్రము గలదు. కాని శాపగ్రస్తులై "అంధ్ర" యనబడినవారే ఆంధ్రదేశమున వ్యాపించి

రాజ్యస్థాపన చేసినట్లు యెచ్చటను లేదు. ఇది పాశ్చాత్యుల కల్పన. "ఆంధ్ర" యను పదముచే చెప్పబడిన విశ్వామిత్ర శాఖవారలైన వారలు బాహ్యజాతులుగా మారిపోయిరి. "బలి" యను రాజు యొక్క కుమారులైన అంగ, వంగ, కళింగ, సుంహ్మ, పుండ్ర, ఆంధ్ర యను పేర్లుగల ఆరుగురిలో ఆఖరు కుమారుడైన "ఆంధ్ర" యను పేరుగలవాని భాగమునకు సోదరుల పంపిణీలో రాబడిన తూర్పు భారతదేశపు భాగమున కారాజకుమారుని పేరున "ఆంధ్ర" దేశమని పిలిచినందున మనదేశమున కాంధ్రదేశమనియు, ప్రజలాంధ్రులనియు, భాష ఆంధ్రభాషయనియు పిలువబడినవి. అటులనే మిగతా సోదరులకు రాబడిన భాగములు వారి నామములతో 1. అంగదేశమనియు, 2 వంగదేశమనియు, 3. కళింగదేశమనియు, 4. సుంహ్మ దేశమనియు, 5. పుండ్ర దేశమనియు పిలువబడినవి. ఈ అంగాది ఆరు భాగములలోను కాపురముండిన ప్రజలందరు చాతుర్వర్ణ్యస్థులైన స్వచ్ఛమైన ఆర్యజాతియని తెలియవలెను. ఆర్య జాతికి మూలపురుషులు బ్రాహ్మణులైన "సప్తఋషులు" అని వేదమున వినబడుచున్నది.

శ్రుతి : "సప్త విప్రా జాయేమహీ ప్రథమావేద సోన్యాన్"
(ఋగ్వేదం 4-1-2-15)

తా॥ సృష్ట్యాదియందు బ్రాహ్మణులైన సప్తఋషులు మానవ జాతికి (ఆర్యజాతికి) మూలపురుషులై యుండిరి.

ఏజాతియైనను వృద్ధిపొందవలయుననిన దాని పూర్వచరిత్ర పవిత్రముగా నుండవలయును. అట్టి పవిత్రచరిత్రగలది ఆర్యజాతి. ముందు పొందగోరు ఆదర్శము ఉత్తమముగానుండుట యత్యంతావసరము. ఇట్టి స్థితిలో పవిత్రమైన ఆర్యజాతీయులైన తాము సంకరులై బార్లుకొట్టి చౌర్య హింసాదులతో జీవించెడి జాతినుండివచ్చితిమని యనృత కల్పన చేయుట హేయము కాయిక, వాచిక, మానసిక సాంకర్యమును బొందవలయునని కోరుటవలన ముందురాబోవు సంతానము నీచసంస్కారములు గలదై నీచభావములతో గూడి జాతియంతయు భ్రష్టమగును.

ట్రైబ్సు (Tribes) లేక తెగలు

ఇప్పటి సృష్ట్యాదినుండియు అనగా 195 కోట్ల సం॥ కాలము నుండియు భారతవర్షమునందు ఆర్యులను పేరుగల మానవులు గలరు. వారిలో 1. బ్రాహ్మణ, 2. క్షత్రియ, 3. వైశ్య, 4. శూద్ర, అనెడి పేర్లుగల నాలుగువర్ణములుగలవు ఇవి ఆర్యులను యేకజాతిలో నిమిడి యుండిన అంతర్భాగములు. అవి వేఱువేఱు జాతులుగాని లేక తెగలు గాని కావు. ఈనాలుగువర్ణములు కలిసి యేర్పడిన యేకజాతియే ఆర్య జాతి ఇట్టి వర్ణములలో పై వర్ణములోని పురుషులు దిగువవర్ణములలోని స్త్రీలను కలిసి కలిగించిన సంతానమునకు అనులోమ సాంకర్యవర్ణము లనియు, పై వర్ణముల స్త్రీలు దిగువవర్ణముల పురుషులు కలిసి కలి గించిన సంతానమునకు విలోమసాంకర్యవర్ణములనియు పేర్లు అను లోమసాంకర్యవర్ణము లెక్కువ దూష్యములు కావు. విలోమసాంకర్య వర్ణములలో యొకటి రెండు తప్ప మిగతవన్నియు, దూష్యములై యున్నవి. వీనికి బాహ్యాజాతులనియు, దస్యుజాతులనియు పేర్లుతో శాస్త్రము వ్యవహరించుచున్నది. మనుస్మృతియందిట్టి బాహ్యాజాతులు యేబదికి పైవరకు వివరింపబడినవి. బాహ్యాజాతులవారు చాతుర్వర్ణ్య ఆర్యులు నివసించెడి గ్రామములకు బయట వీరు కాపురముండి వారి వారి కేర్పడిన వృత్తులతో జీవించుచు తాము బాహ్యాజాతుల వార మని లోకులకు దెలియునటుల ప్రవర్తింపుచుండవలయుననియు, వీరు పెద్దగుంపులుగా జేరరాదనియు, ధనాదులనుకూడ బెట్టి ప్రబలులుగా నుండరాదనియుశాసింపబడిరి. ఆర్యులలోని నాలుగువర్ణములకును, అను లోమ, విలోమజాతులకును వారి వారికి తగిన జీవనోపాధుల నొసంగ గల వృత్తులను, వారు నిత్యము నడుచుకొనవలసిన ధర్మములను మన్వాది ధర్మశాస్త్రములు విధించి యున్నవి. యీ వర్ణములవారం దరును వారివారికి విధింపబడిన ధర్మముల నాచరింప జేయుటయే దేశమును పరిపాలించెడి రాజునకు మొదటి ధర్మము. తన కులధర్మ ముల నతిక్రమించి పరకుల ధర్మము నాచరించెడివారిని రాజు శిక్షించి వారిని స్వకుల ధర్మమునకు మళ్ళించుచుండెడివాడు. ప్రజలు ధర్మ

బద్ధులై యెవరి ధర్మముల వారాచరించుటయేగాక స్వధర్మము నాచరింపక విడచినవాని నాకులస్థులతో కూడిన కులసభలు వానిని కులమునుండి బహిష్కరించి వాడు పశ్చాత్తప్తుడైన పిమ్మట వానికి ప్రాయశ్చిత్తము విధించి వానిని కులములో తిరిగి చేర్చుకొనుచుండెడివారు. ప్రాచీనకాలమందున కుల బహిష్కారము జేయబడినవాడు జీవించుట దుర్ఘటముగా నుండెడిది. వానిని గ్రామ నూతులలో నీరుతోడుకొననిచ్చెడివారుకారు. చాకలి, మంగలి, మొదలుగాగలవారలు వానికి సేవ చేయువారుకారు. కుమ్మరి కుండలీయడు. వడ్రంగి వడ్రంగమునకు సంబంధించిన పనులను చేయడు. చర్మకారుడు చెప్పులు కుట్టడు. పురోహితుడు శుభాశుభ కార్యములను చేయింపడు. కులస్థులెవరును వాని యింటి నీడనుకూడను త్రొక్కెడివారుకారు. వేయేలవాడు సంఘదూరుడై గ్రామము నొదిలి పోయినను యితర గ్రామములలో సైతము నాలుగు కులములవారును వానిని బహిష్కరించెడివారు. గ్రామ సభాధిపతులు బహిష్కరింపబడినవానిని గురించిన ఆంతః పత్రికలు చుట్టుపట్ల గ్రామములకు బంపి వాని కెక్కడను నిలువనీడ దొరకనిచ్చెడివారుకారు. కులగురువులు విచారించి బహిష్కార పత్రముల నిచ్చెడివారు. అట్టివానికి సహాయ మొనర్చినవారిని గ్రామస్థుల ఫిర్యాదుమీద రాజు శిక్షించెడివాడు. ఇట్టి పరిస్థితులలో వర్ణములొకదానితో నొకటి సాంకర్యమొందుట కవకాశములు లేవని వేరుగ జెప్పనక్కరలేదు. పైన వివరించబడిన బాహ్యజాతులు గాక యింకను కొన్ని బాహ్యజాతులను మనువు వివరించియున్నాడు. ద్విజులు తమకు విధించబడిన ఉపనయనాది వేదోక్త సంస్కారములు చేసికొనకనే తమ కులస్త్రీలను వివాహమాడిన, అట్టి దంపతులకు కలిగిన సంతానముకూడను బాహ్యజాతులకంటె హీనమైన మహాపాపులుగా వర్ణింపబడి బాహ్యజాతులకంటె హీనమైన భూర్జకంటకాది బాహ్యజాతులలో చేర్చబడి యుండిరి. వీరుగాక సగోత్ర కన్యలను వివాహమాడిన దంపతులకు పుట్టినవారుకూడను మహాపాప జాతులలో చేర్చబడి బాహ్యజాతులుగా నేర్పడిరి. ఇట్టి వర్ణవ్యవస్థతో కూడిన ఆర్య, దస్యసంఘములను వారి వారి వర్ణ ధర్మములయందుంచి నడుపు

చుండుటయే రాజునకును, కులసభలకును, గ్రామ సంఘములకును విధి. కులధర్మములకు తగిన వృత్తుల నవలంబించి అర్థ కామములయందు ప్రజలు ప్రవర్తించునటుల రాజు వేయికళ్ళ కనిపెట్టుచుండెడివాడు గనుకనే ఏదిపోయినను సంపాదింపవచ్చునుగాని " కులము పోయినను స్థలము పోయినను తిరిగి సంపాదింప వీలులేద " ను సామెత పుట్టినది. ప్రజల వాడుకలో సామాన్యమైపోయి భారతజాతియందు జీర్ణించి యీరోజువరకు వాడుకయందు తరుచుగా వినబడుచుండిన యీ సామెతవలన "కులాభిమాన మెంత గాఢముగా జాతియందు నాటుకొని యుండినదో తెలియుచున్నది.

పైన వర్ణింపబడిన పరిస్థితులలో నుండిన ప్రాచీనకాలమునందు వేదధర్మముల నాచరించుచుండిన చాతుర్వర్ణ్యములవారును, అనులోమ సాంకర్యముగల వర్ణములవారును ఆర్యులుగాను, విలోమసాంకర్యమున జనించిన వర్ణములును, యింక నితరవిధములైన అధర్మ జనిత వర్ణములును, వేదధర్మముల నొదిలి ప్రవర్తించుచు బహిష్కరింపబడినను పశ్చాత్తప్తులు కాని చాతుర్వర్ణ్యములలోని వారలును "దస్యు"లుగా పరిగణింపబడుచుండిరి. అందు కులధర్మముల నొదిలినందున దస్యులుగా పరిగణింపబడిన వారు సంఘముమీద తిరుగుబాటు చేయుచు తాము వేరుజాతి వారలుగా నెంచుకొనుచు తరుచు ఆర్యుల మీద తిరుగుబాటొనరించుచు, ఆర్యులను దోచుకొనుచు, యజ్ఞములకు విఘ్నమొనరించుచు సంచరించుచుండినందున వారితో ఆర్యులు యుద్ధమునకు దలపడి వారి నోడించి వారి నీదేశమునుండి తరిమివేసినందున వారలీదేశమును వదిలి పశ్చిమదేశముల నాశ్రయించిరి. కాలక్రమమున ఆర్యావర్తమునుండి అనేకసార్లు అనేకములైన దస్యు గుంపులు వెడలి బయటదేశములకు పోయిరి. ఈ గుంపులు క్రమక్రమముగా ఈజిప్టు, పరిషియా గ్రీసు, రోము మొదలుగాగల దేశములలో చేరి ఏరోపాఖండమందొక రాజ్యమును గూడ శాంతముగా నుండనీయక క్రీ॥ శ॥ 14, 15 శతాబ్దములవరకు కల్లోలము మొనరించిరి. ఆ కాలమందొక గుంపురాజ్యమునకు వచ్చుటయు, వేరొక గుంపు దానిని నాశనమొనర్చుటయు యిట్లెడతెరపిలేకుండ యూరోపు

ఖండమంతను యీ దస్యుగుంపులు పీడింపసాగినవి. అట్టి గుంపులను 'ట్రైబ్సు' అని పాశ్చాత్యులు పిలిచెడివారు. ఐరోపాఖండము జనశూన్యమై యుండిన కాలమందు ఆర్యావర్తము నుండి వెడలిపోయిన దస్యుగుంపులు విద్యావిహీనులైన మోటుజాతులుగా మారి ఆయుధోపేతులై చౌర్యహింసాదుల నొనర్చుచు గ్రామములను, పట్టణములను దోచుకొనుచు రాజ్యములను కూలద్రోయుచు ఘోరహింసాకాండ నొనర్చుచుండిన అట్టి గుంపుల నెదిర్చివారి నరికట్టగల బలమైన రాజ్యములు లేనందునను, ఆగుంపులవలననే నాఖండమంతయు నింపబడుచుండుటచేతను ఒకగుంపు తరువాత నొకగుంపు ఆధిక్యతను పొందుచు నిరసించుచుండెను. అట్టి 'ట్రైబ్సు' లేక గుంపులవలన యూరపుఖండమంతయు నాక్రమింపబడి క్రమక్రమముగా ఆగుంపులే నాయాదేశములలో స్థిరపడినందున భారతదేశము గూడను నట్లే బయటనుండి వచ్చిన గుంపులచే నిండినదని భారతీయసాంప్రదాయము నెఱుగని మన పాశ్చాత్యసోదరులు తలపోసి చరిత్రల నల్లియుండిరి. అట్టి చరిత్రలలో విశ్వామిత్రునిచే శపింపబడిన కుమారులేబదిమంది అంధ్రాది నీచజాతులుగా మారి పోయిరని చెప్పబడిన ఐతరేయ బ్రాహ్మణమును తమ అనుభవమునకు తగినటుల వ్యాఖ్యానించి "అంధ్రాది" బాహ్యజాతులుగా మారిపోయి దస్యులైన విశ్వామిత్రుని సంతానమే ఆంధ్రజాతికి మూలపురుషులనియు, అందువలన ఆంధ్రజాతి (Andhra tribe) యంతయు సంకరజాతియనియు, (mixed race) నిర్ధారణ చేసియుండిరి ఐరోపా ఖండమునగల తమ జాతులు సాంకర్యజాతులను జ్ఞానము వారికి బాగుగా కలిగియున్నందున తమవలెనే లోకమంతయు నున్నట్లు వారెంచిన నెంచవచ్చునుగాని అనాదినుండియు ఆర్య, దస్యు భేదము గలిగి దస్యులను వేరుగా నుంచుచు, వారివలన బాధలెక్కువైనపుడు వారిని దేశమునుండి వెడలగొట్టుచు ఆర్యజాతిని అనగా చాతుర్వర్ణ్యములను యెట్టి సాంకర్యము గలుగనీయకుండా కాపాడుటయే ధర్మముగాగల బలవంతులైన రాజులచే శాసింపబడుచు, చాతుర్వర్ణ్య ప్రజలు తమ వర్ణములు పవిత్రముగా నుండునట్లు, వేయికళ్ళతో కనిపెట్టుచుండిన కాలములో దస్యులైన అంధ్రాది

బాహ్య జాతులు 'ట్రైబ్సు' లేక గుంపులుగా నేర్పడి రాజ్యములు ఆక్రమించినటుల చెప్పబడిన మాటలను హైందవ పూరాణ విద్యాధికులు నమ్మి ప్రవర్తించుచున్నందుకు విచారింపవలసి యున్నది. 'ట్రైబ్సు' లేక గుంపులు అనుమాటలు మనమే భారతీయ వాఙ్మయము నందును వినము రాజులు తమలో తాము యుద్ధములుచేసి రాజ్యములను పొందుటయు, పోగొట్టుకొనుటయు సృష్ట్యాదినుండియు భారతదేశములో జరిగినట్లు గ్రంథములలో చదువుచుంటిమిగాని ఒక జాతి గుంపు బయలుదేరి దేశమును జయించి రాజ్యములనాక్రమించినట్లు శ్రుతి, స్మృతి, పురాణేతిహాసాదుల యందెచ్చటను గానరాదు. ఇది పాశ్చాత్యుల కల్పన దాని నంగీకరించి మనము చరిత్రలను వ్రాసుకొనుట మన దౌర్భాగ్యము—పాశ్చాత్య జాతులన్నియు సాంకర్యమును పొందినట్లు యీ దిగువ వ్రాయబడిన పాశ్చాత్య పండితుల వాక్యములు మనకు సాక్ష్యమిచ్చుచున్నవి వారివలెనే హైందవులుగూడను సాంకర్యమును పొందిరని నమ్మింప జేయుటయే వారి ముఖ్య తాత్పర్యము.

"కెల్లారు" "టైలరు" అనెడి యిరువురు పాశ్చాత్య పండితులు యీ విధముగా వ్రాసియుండిరి:

"The Europeans became in time many races and tribes and that they, mixing with the barbarians became themselves savages, have been clearly proved by the researches of the European scholars." (Vide Keller's "The Lake Dwellings" and Taylor's 'The Origin of the Aryans').

తా॥ కాలము గడుచుచు రాగా ఐరోపీయులు అనాగరిక జాతులతో కలిసినందున అనేక జాతులుగాను, గుంపులుగాను నగుటయే గాక వారే అనాగరిక మోటుజాతులుగానై క్రూరులై పశుప్రాయులుగా మారిపోయిరని ఐరోపియ పండితుల పరిశోధనలవలన చక్కగా ఋజువైనది అని వ్రాసియున్నారు.

పై విచారణననుసరించి 'ఆంధ్రులు' ఐతరేయ బ్రాహ్మణములో చెప్పబడిన "అంధ్ర జాతి కాదు, పురాణము-యందు చెప్పబడిన "ఆంధ్రరాజు" అను సు క్షత్రియ రాజువలన పరిపాలింపబడిన చాతుర్వర్ణ్యములతో గూడిన స్వచ్ఛమైన ఆర్యజాతియని లోగడ వివరముగా విచారించి సప్రమాణముగా ఋజువుచేసియుంటిమి. రాజ నామము తన రాజ్య భాగమునకు పెట్టినందువలన మనదేశము "ఆంధ్ర దేశము" ని పిలువబడినది. ఆంధ్రదేశమున నివసించిన ఆర్యులు ఆంధ్రులను పేరును పొందిరి. ఆంధ్రులు మాటలాడు భాష ఆంధ్ర భాషయని పిలువబడినది. ఇక ముందు చరిత్రలను వ్రాయదలచిన వారు యీ విషయమును మనసున నుంచుకొని చరిత్రలను వ్రాయ గలరని మనవిచేయు చున్నాము

హిందూదేశస్థులందరు సంకర కులములని చెప్పుటయే పనిగా పెట్టుకొనిన వి. ఎ. స్మిత్ మహాశయుడు "రాజపుత్రుల" ను గురించి వ్రాసిన మాటలను చూడుడు.

పాశ్చాత్య పండితుల కల్పనలకు మఱొక ఉపమానము

"Consequently, people of most diverse races were and are lumped together as Rajputs; and that most of the great clans now in existence are descended either from foreign immigrants of the fifth or sixth century of the Christian era, or from indigenous races such as the Gonds and Bhars. This finding will, I fear, be displeasing to many families of Indian gentry, who naturally prefer to believe in orthodox Brahman made pedigrees going back to the sun, moon or fire-pit, but I am convinced that it is substantially true, although the evidence is of a kind difficult to grasp, and incapable of brief presentation." (V. A. Smith's Early History of India Page 431.)

పై విషయమును ధృవపరచుకొనుటకు ఆయన ఆ పేజి అడుగున "ఫుటునోటు" నొకదాని నిచ్చియున్నాడు. అందు తనచే చేయబడిన

www.ingramcontent.com/pod-product-compliance
Lightning Source LLC
La Vergne TN
LVHW020044220825
819277LV00003B/27